Talk Chinese Series
Leisure Talk

脱口说汉语
休闲口语

主编：李淑娟
本册作者：顾波
英文译审：David Drakeford, Wiley
插图：宋琪

SINOLINGUA
华语教学出版社

First Edition 2007

ISBN 978-7-80200-379-8
Copyright 2007 by Sinolingua
Published by Sinolingua
24 Baiwanzhuang Road, Beijing 100037, China
Tel: (86)10-68320585
Fax: (86)10-68326333
http://www.sinolingua.com.cn
E-mail: hyjx@sinolingua.com.cn
Printed by Beijing Foreign Languages Printing House
Distributed by China International Book Trading Corporation
35 Chegongzhuang Xilu, P.O. Box 399
Beijing 100044, China

Printed in the People's Republic of China

Preface

After months of arduous writing, this spoken Chinese learning series *Talk Chinese*, a crystallization of many teachers' hard work, has finally hit the road. As Chinese keeps warming up in today's world, the publication of such a series will no doubt arouse another heat in learning Chinese. Along with the rapid development of the Chinese economy, more and more people have realized the importance and necessity of the Chinese language in communications between people, which not only reflect in economy and trade, but mainly in our daily lives, work and study. Today, China has caught the eyes of the world. The number of people who invest, work, travel and study in China is constantly increasing. Therefore, to learn Chinese, especially colloquial Chinese well, has naturally become an urgent need for these people. In view of no such complete series of teaching spoken Chinese in the market at present, and to meet the demands of the market in learning Chinese, especially spoken Chinese, we have spent a lot of energy on planning and compiling this series to meet the needs of readers.

Talk Chinese is the first series on practical, colloquial Chinese. It covers ten themes on social communication, life, travel, sports, leisure, shopping, emergency, school, office, and IT and network. By imitating real life scenes of various situations, authentic, lively and practical oral expressions are revealed to allow learners to experience the charm of the Chinese language through lively, interesting and humorous situational conversations, and learn the most commonly used colloquial words, phrases, slang, customary usages, everyday expressions and sentences. In another word, this is a very useful and practical encyclopedia on speaking Chinese. As long as one masters the contents of this series, one can respond fluently with the knowledge and oral expressions learned in whatever situations.

The characteristic of this series lies in its authentic, practical language expression, stresses on colloquialism, liveliness, and modernization of language. It selects high frequency words and the most vivid and authentic oral expressions used in daily life, work and study. One of my American friend who can speak perfect Chinese said to me after reading this series, "Very good. I think some expressions in the books are really typical, which I can't learn from other places." This shows that this series has made a breakthrough in Chinese learning materials, and achieved our original intention—that is to introduce the most typical, practical colloquial expressions to our friends who love Chinese, and allow them to use these expressions as soon as they learn them.

We've included "Relevant Expressions" by listing more expressions and words related to the themes in order to make it convenient for learners to expand their language competency and enlarge their vocabularies.

In addition, to better help learners to know Chinese and the Chinese culture, we've also set up a column of "Language Tips" with the intention to introduce some common usage and grammatical knowledge, common mistakes and point out words and expressions that are easily confused, as well as tips on cultural background of the language. Our goal is not only to help learners learn Chinese expressions, but also get to know the cultural connotations and language knowledge.

We know that learning and practicing is linked together. One can't reach the goal of learning without practicing, so at the back of each unit we've put together some exercises, emphasizing on listening and speaking to assist learners in mastering what they have learned through practice.

I think everyone has his/her own ways of learning. As the saying goes, "Every road leads to Rome." We believe that as long as one tries hard, one can learn Chinese well no matter which ways and methods they adopt. We sincerely hope this series will be of some help in raising your real ability of speaking Chinese.

We often say "Reading enriches the mind" to encourage people to read widely. Today, we use this phrase to invite you to this series, where you will discover there are so many interesting words and sentences you have yet to learn. What are you waiting for? Come on, let's get started!

Chief compiler : Li Shujuan

前　言

在经过了数月艰苦的笔耕之后，这套凝聚着众多老师心血的《脱口说汉语》大型汉语口语系列图书终于与大家见面了。在汉语不断升温的今天，这套系列图书的出版无疑将引起汉语学习的又一个热潮。随着中国经济的迅猛发展，越来越多的人意识到汉语在人与人之间的交流与沟通上的重要性和必要性，这不仅仅体现在经贸方面，更主要的是体现在每日生活、工作和学习上。今天的中国已经成为世人注目的焦点，来华投资、工作、旅游、学习的人在不断扩大，学好汉语，特别是口语，自然成为这个群体的迫切要求。鉴于目前市场上尚无如此全面的学习汉语口语的系列图书，为了满足人们学习汉语，特别是汉语口语的需求，我们精心策划并编写了这套系列图书，以飨读者。

《脱口说汉语》是国内第一套实用汉语口语系列，内容涵盖交际、生活、出行、运动、休闲、购物、应急、校园、职场、IT 网络十大主题。通过模拟发生在真实生活中各种各样的场景，再现地道、鲜活、实用的口语表达形式，让学习者从一个个生动、有趣、幽默的情景对话中体味汉语的魅力，学习掌握最常见、最口语化的词汇、短语、俚语、惯用语、常用语和常用句。可以说，这是一套实用性极强的口语小百科。只要掌握了这套系列的内容，无论面对什么场合，都能运用所学的知识和口语对答如流。

这套系列图书的特点在于语言表达地道、实用，突出语

V

言的口语化、生活化和时代化。书中所收录的都是生活、工作和学习中所使用的高频词和最生动、活泼、地道的口语。我的一个中文讲得非常好的美国朋友在看过这套系列图书之后说："很好，我觉得里面的一些说法特别地道，在别的地方学不到。"这表明该套系列图书在汉语学习教材的编写上还是具有一定突破性的，也达到了我们编写的初衷，那就是要将汉语最精彩、实用的口语介绍给热爱汉语的朋友，让他们学了就能用，而且是活学活用。

我们设有一个"相关用语"栏目，把更多与主题相关的词句列出，目的是方便学习者拓展语言能力，扩大词汇量。

另外，为了更好地帮助学习者了解汉语和中国文化，我们还特别开辟了一个"语言文化小贴士"栏目，向学习者介绍一些语言的使用和文法知识、词语在使用中常见的错误和易混的地方、以及语言的文化背景小提示，让学习者不仅学会汉语的表达，也了解其背后的文化内涵和语言知识。

我们知道，学与练是密不可分的。学而不练则达不到学的目的，所以在每个单元之后都有几个小练习，重点放在听说上，让学习者通过练习掌握所学知识。

我想每个人都有各自的学习方法，俗话说，"条条大路通罗马。"我们相信，只要努力，无论采取什么形式，都能学好汉语。我们衷心地希望这套系列图书能对学习者提高汉语口语的实际表达能力有所裨益。

我们常用"开卷有益"来鼓励人们去博览群书。今天我们用"开卷有益"邀你走进这套系列图书中，你会发现，这里有太多有趣的词语和句子是你从没有学到过的。还等什么？赶快行动吧！

主编：李淑娟

目 录

Introduction

Part 1 Learn *pinyin* My Way

Chinese *pinyin* is not difficult to learn. It mainly includes three parts: initials, vowels and tones. In this chapter you'll be introduced to some basic knowledge of pinyin, how to pronounce them, the differences between *pinyin* and the English phonetics, and ways to remember them, so that you can read pinyin easily and pronounce them. This will help you to study Chinese along with the audios by yourself.

1. Initials

There are 23 initials in Chinese *pinyin*. Many of them have similar sounds to the English consonants. Please look at Table 1 and compare them with the English version.

Table 1   Chinese Initials

Chinese letter	Sound	English word
b	p	as "b" in "book"
p	p'	as "p" in "poor"
m	m	as "m" in "more"
f	f	as "f " in "four"
d	t	as "d" in "dog"

t	t'	as "t" in "text"
n	n	as "n" in "net"
l	l	as "l" in "learn"
g	k	as "g" in "green"
k	k'	as "k" in "kit"
h	x	as "h" in "her"
j	tɕ	as "j" in "jeep"
q	tɕ'	as "ch" in "cheese"
x	ç	as "sh" in "shit"
z	ts	as "ds" in "sounds"
c	ts'	as "ts" in "lots"
s	s	as "s" in "sum"
zh	tʂ	as "j" in "journey"
ch	tʂ'	as "ch" in "church"
sh	ʐ	as "sh" in "shirt"
r	ʂ	as "r" in "red"
w	w	as "w" in "woman"
y	j	as "y" in "you"

2. Finals

There are 35 vowels in Chinese *pinyin*. To be more specific, there are six vowels and 29 compound vowels. The six vowels are: a , o , e , i , u , and ü . Under each vowel there are several compound vowels. The key to remember them, is to remember the six vowels first, then remember the compound vowels of each vowel as a group. There is a rule in doing it. Look at Table 2 and compare them with the English version.

Table 2   **Chinese Finals**

Chinese letter	Sound	English word
a	A	as "ar" in "car"
ai	ai	I
an	ɑn	as "an" in "ant"
ang	ɑŋ	as "ong" in "long"
ao	ɑu	as "ou" in "out"
o	o	as "a" in "water"
ou	ou	oh
ong	uŋ	as "ong" in "gone"
e	ɤ	as "ir" in "bird"
ei	ei	as "ay" in "may"
en	ən	as "en" in "end"
eng	əŋ	as "eng" in "beng"
er	ər	as "er" in "traveler"
i	i	as "ea" in "tea"
ia	iA	yah
iao	iɑu	as "yo" in "yoga"
ie	ie	as "ye" in "yes"
in	in	as "in" in "inside"
iu	iou	you
ian	iɛn	Ian
iang	iɑŋ	young
ing	iəŋ	as "ing" in "going"

iong	yuŋ	as "one" in "alone"
u	u	woo
uɑ	uA	as "wa" in "watt"
ui	uei	as "wee" in "sweet"
un	uən	won
uo	uo	as "wha" in "what"
uɑi	uai	why
uɑn	uan	when
uɑng	uaŋ	as "wan" in "want"
ü	y	
üē	ye	
ün	jn	
üɑn	yɛn	

3. Tones

The Chinese Mandarin has four tones–the first tone " ¯ ", the second tone " ´ ", the third tone " ˇ ", and the fourth tone " ` ". Different tones express different meanings. So it is important to master all four tones in order not to mislead others when you're speaking.

How does one practice the four tones is a common question. Here is one way to do it: Do you know how to sing songs? Yes, use that to help you. For example: ā , á , ǎ , à , the first tone " ā "is a high tone, so you should sing it high pitched as if you're saying the word "Hi"; the second tone goes from low to high as if you're saying the word "What?"; the third tone is like a valley, you can sing it as if saying the word "whoa"; and the fourth tone goes from high to low as if you're saying the word "Go"! Isn't it easy? Now let's practice the four tones.

ā	á	ǎ	à
ō	ó	ǒ	ò
ē	é	ě	è
ī	í	ǐ	ì
ū	ú	ǔ	ù
ǖ	ǘ	ǚ	ǜ

mā	má	mǎ	mà
妈	麻	马	骂
mother	hemp	horse	curse

wō		wǒ	wò
窝		我	卧
nest		I	lie

gē	gé	gě	gè
哥	革	舸	个
brother	leather	barge	one unit of something (a measure word)

xī	xí	xǐ	xì
西	习	洗	细
west	study	wash	thin

hū	hú	hǔ	hù
呼	壶	虎	户
call	pot	tiger	household

jū	jú	jǔ	jù
居	局	举	句
reside	game	raise	sentence

Part 2 Learn Grammar My Way

As soon as grammar is mentioned, one may frown and sigh helplessly at the hardship of learning Chinese. As a matter of fact, learning Chinese grammar is not as difficult as learning the grammar of other languages. The most difficult thing to learn might be the characters or remembering the strokes and how to write them. Chinese grammar is much easier. In this chapter, you'll be introduced to some basic rules or structures of the Chinese grammar, so that you can learn them by heart as you continue on to the later part of the book. As we did in the next chapter, let's compare the Chinese grammar with the English grammar, so that you can get a clearer picture of the Chinese grammar.

After comparing English grammar with the Chinese, do you find it easier to learn? Those are the basic rules of Chinese grammar. You'll learn more complex sentences after mastering these simple ones. Actually, English and Chinese grammars have a lot in common. So look out for them as you study. Hope you'll enjoy learning Chinese with the help of this book.

汉语语法简介
A Sketch of Chinese Grammar

名称 Term	汉语 Chinese	英语 English	对比说明 Explanation
动词谓语句 Sentences with verb as the predicate	我学习汉语。 我明天去你家。 他们在门口等你。 老师坐飞机来北京。	I study Chinese. I'll go to your home tomorrow. They are waiting for you at the gate. The teacher comes to Beijing by plane.	跟英语句式基本相同，但时间、地点、方式都放在动词前边。 Its sentence structure is similar to the English, but the word of time, place and manner is put before the verb.
形容词谓语句 Sentences with adjective as the predicate	哥哥很忙。 我妈妈身体很好。	My brother is very busy. My mother's health is very good.	汉语主语跟形容词谓语之间不用"是"动词。 In Chinese no verb "be" is used between the subject and adjective predicate.
名词谓语句 Sentences with noun as the predicate	今天星期六。 一年十二个月。 明天20号。 他30岁。 我新来的。	Today is Saturday. There are twelve months in a year. Tomorrow is the 20th. He is thirty years old. I'm new here.	主语和谓语之间，可以用"是"也可以不用。但是用了"是"就不是形容词谓语句了。 Verb "be" can either be used or not between the subject and the predicate. But if verb "be" is used, it is no longer an adjective predicate sentence.

名称 Term	汉语 Chinese	英语 English	对比说明 Explanation
存现句 "There be" sentences	桌子上放着词典和书。 屋子里有人。 车上下来一个小孩儿。 墙上挂着一张画儿。	There are dictionaries and books on the table. There is someone in the room. There is a child getting off the bus. There is a picture on the wall.	"地方" 可以作主语，这里的动词是 "存在" 的意思。 "place" can be used as a subject. The verb here means "existence".
"把" 字句 Sentences with "ba"	我把钥匙丢了。 他把钱花光了。 你把钱给他。 你把行李拿下来吧。 她把这些东西搬出去了。 孩子们把椅子搬到教室外边去了。	I lost my key. He spent all his money. Give your money to him. Please take down the luggage. She moved these things out. Children moved chairs outside the classroom.	1. 谓语动词一般是及物动词。 2. 宾语多是名词。 3. 宾语是说话双方都知道的。 4. 谓语动词不能单独出现，后边必须跟 "了"，宾语或者补语等。 5. 主要用来回答宾语怎么样了。 1. The predicate verb is usually a transitive verb. 2. The object is usually a noun. 3. The object is known by both sides of speakers. 4. The predicate verb cannot be used alone, it must be followed by "le", object or complement and so on. 5. It is mainly used to answer what happens to the object.

名称 Term	汉语 Chinese	英语 English	对比说明 Explanation
被动句 Passive sentences	我被老师批评了一顿。 姐姐被气哭了。 自行车叫弟弟骑坏了。 楼盖好了。 菜买回来了。 作业我写完了。	I was criticized by the teacher. My sister got so upset that she cried. The bicycle was broken by my younger brother. The building was completed. The vegetables were bought. My homework is done.	汉语的被动句可以分为两类：一类是有标志"被""叫""让"的，放在动词前边。另一类是无标志的，受事者放在主语位置上，谓语放在它的后边，结构跟主谓谓语句一样，但表示的是被动的意思。 The passive sentences in Mandarin can be divided into two categories: One is signaled with "bei", "jiào", and "rang" put before the verb. The other is not signaled, which we call imaginative passive sentence. The receiver is put in the subject position, followed by the predicate. The structure is the same to the subject + predicate sentence, but has a passive meaning.
"是……的"句 "shi...de" sentences	我是昨天坐飞机来北京的。 我是在商店买的这件衣服。 他是出差来的。	I came to Beijing by plane yesterday. I bought this coat in a store. He came here on business.	"是……的"句表示强调，强调"时间""方式""地点""目的"等。 The "shi...de" sentence indicates emphasis, stressing on "time", "manner", "place", "purpose" etc.

名称 Term	汉语 Chinese	英语 English	对比说明 Explanation
无主句 Sentences without a subject	下雨了。 刮风了。 上课了。	It's raining. Wind is blowing. It's time for class.	主语不需要出现时，可以不说出主语。 When a subject is not necessary, it is not used.
比较句 Comparative sentences	我跟你一样大。 哥哥比弟弟大两岁。 这双鞋比我的大一点儿。 他的口语比我的好得多。 妹妹比姐姐还（更）漂亮。 我儿子有桌子这么高。	I'm as old as you are. The elder brother is two years older than the younger one. These shoes are a little bigger than mine. His oral English is much better than mine. The younger sister is prettier than the elder one. My son is as tall as the table.	A 跟 B 一样 + 形容词 A 比 B + 形容词 + 补充说明 只可以说 "A 比 B 更（还）+ 形容词" A 有 B + 形容词 A "gen" B "yīyàng"(same) + adj. A "bǐ" B + adj. + additional explanation. A "bǐ" B "gèng/hái"(more) + adj. A "you"(have) B + adj.

名称 Term	汉语 Chinese	英语 English	对比说明 Explanation
反问句 Rhetorical questions	这不是你的笔吗?	Isn't this your pen?	"不是……吗?" 用来对某事进行强调, 意思是 "这就是你的笔"。汉语的反问句中肯定句强调否定, 否定句强调肯定。反问句的种类还有很多。 "bu shi...ma?" is used to stress sth. meaning "this IS your pen." In Chinese the positive sentence in a rhetorical question stresses on negative, while a negative sentence stresses on positive. There are other types of rhetorical questions.
名词的数 Number of noun	一张桌子　三张桌子 一把椅子　六把椅子 一个学生　一百个学生	a table, three tables a chair, six chairs a student, a hundred students	汉语的名词没有单数、复数的变化。 In Chinese, the noun has no singular and plural changes.

名称 Term	汉语 Chinese	英语 English	对比说明 Explanation
方位词 Direction and location words	东、南、西、 北、上、下、 前、后、左、 右、里、 外、内、中间、 旁…… 以东、以上、 以内、以外、 之前、之中、 之间、之内、 左边、旁边、 上边、东面、 外面、下面、右面、东头、 里头、上头、前头 等	east, south, west, north, up, down, front, back, left, right, inside, outside, in, middle, aside... eastward, above, within, beyond, before, among, between, within, eastern, left, side, above, east side, outside, below, right side, east end, inside, over, in front, etc.	汉语的方位词分单纯方位词和合成方位词。单纯方位词一般不能单独使用。合成方位词是由~、之~、~边、~面、~头组合而成。 The direction and location words are divided into pure words and compound words. The pure words are usually not used alone. The compound words are composed of "yi-", "zhi-", "bian", "-mian", and "-tou".
疑问词"谁""什么" "哪儿" 等 Interrogative words "shui" (who), "shenme" (what), "nar" (where) etc.	谁是老师? 你去哪儿? 这是谁的书? 你什么时候回家? 你们怎么回学校?	Who is the teacher? Where are you going? Whose book is this? When will you go home? How will you go back to school?	疑问词在问句中可以做主语、宾语、定语、状语。 Interrogative words can be used as the subject, predicate, attribute, and adverbial in a question.

名称 Term	汉语 Chinese	英语 English	对比说明 Explanation
数量词 Measure words (Quantifiers)	我买了三本书。 他买了五辆自行车。 浴室里挂着两面镜子。	I bought three books. He bought five bicycles. Two mirrors are hung in the bathroom.	汉语的量词非常丰富。数词和名词之间必须要有一个量词。 There are plenty of measure words or quantifiers in Chinese. There must be a measure word between numerals and nouns.
动词 Verbs	看一看看、看一下、看一看、看了看 学习一学习学习、学习一下、学习了学习	look, have a look, look at study, learn	汉语的动词可以重叠使用。 Chinese verbs can be duplicated.
"了" "le"	昨天下午，我参观了历史博物馆。 我把这本小说看完了。 他坐起来下床穿上鞋走了出去。 我不去看电影了。	I visited the Historical Museum yesterday afternoon. I've finished reading the novel. He sat up, put on his shoes, got off the bed, and went out. I won't go to the movie.	"了" 放在动词或者句子后边表示： 1. 在一个具体的时间，这个动作完成了。 2. 这件事情完成了。 3. 在连续的几个动作发生时，"了" 放在最后一个动词后边。 4. "了" 表示事情发生了变化。The word "le" following a verb or a sentence indicates: 1.The action is completed within a specific time. 2.This thing has been done. 3.When a series of actions are taking place, "le" is put behind the last verb. 4. "le" indicates something has changed.

名称 Term	汉语 Chinese	英语 English	对比说明 Explanation
"着" "zhe"	他在椅子上坐着。 他穿着中式衣服。 床上躺着一个小孩子。	He is sitting on a chair. He is wearing Chinese-style clothes. A child is lying on the bed.	"着"放在动词后边表示 处于持续状态的动作或者样子。 The word "zhe" following a verb indicates it is in a state of continuous actions or mode.
"过" "guo"	我学过汉语。 我去过上海。 他没来过这儿。	I have studied Chinese. I have been to Shanghai. He hasn't been here.	"过"用在动词后表示：强调某种动作曾经发生过 或者强调某种经历。 The word "guo" following a verb indicates a certain action has happened or a certain experience is being stressed.
正在…… ……呢 正……呢 在……呢 正在……呢 zheng zài...ne zheng...ne zài...ne zheng zài...ne	现在他正在吃饭。 我吃饭呢，不去送你了。 他没时间，他正开会呢。 他没出去，他在睡觉呢。 我正在吃饭呢；你别问我了。	He is having his meal now. I'm having a meal so I won't see you off. He has no time because he's having a meeting. He is not out. He's sleeping. I'm having a meal. Please don't ask me.	"正在……，……呢，正……呢，正在……呢"表示某个动作正在进行中。 "zheng zài...", "...ne", "zheng...ne", "zài...ne", and "zheng zài...ne" indicate an action is going on right now.

Going to the Park

逛 公 园

UNIT
1

● 必备用语 Key Expressions

jīn tiān tiān qì zhēn hǎo
今 天 天 气 真 好 。
It's a fine day today.

guàng gōng yuán
逛 公 园
go to a park

zhēn bú còu qiǎo
真 不 凑 巧 。
Unfortunately.

zhào jǐ zhāng hǎo kàn de zhào piàn
照 几 张 好 看 的 照 片 。
Take some good photos.

xiǎng hǎo qù nǎ ge gōng yuán le ma
想 好 去 哪 个 公 园 了 吗 ？
Have you decided which park to go?

huā cǎo bù néng suí biàn zhāi
花 草 不 能 随 便 摘 。
Don't pick the flowers.

xiān xiū xi huìr
先 休 息 会 儿 。
Rest for a while.

zài zhèr děng wǒ men
在 这 儿 等 我 们 。
Wait for us here.

wǒ men yí huìr jiù huí lai
我 们 一 会 儿 就 回 来 。
We'll come back soon.

yì qǐ qù chī fàn
一 起 去 吃 饭
have a meal together

● 情景对话 Situational Dialogues

1. 准备去公园 Getting Ready to Go to the Park

(Li Xue's a little girl nicknamed Xiao Xue. One weekend her grand-
mother and grandfather think it's a fine day so they suggest taking
her to a park.)

xiǎo xuě nǎi nai   jīn tiān tiān qì zhēn hǎo   yòu shì zhōu mò   zán men dài zhe
小 雪 奶 奶 ： 今 天 天 气 真 好 ， 又 是 周 末 ， 咱 们 带 着

xiǎo xuě qù guàng gōng yuán ba   ràng hái zi yě kāi xīn kāi xīn
小 雪 去 逛 公 园 吧 ？ 让 孩 子 也 开 心 开 心 。

1

Grandma：It's a fine day today and it's the weekend. Let's take Xiao Xue to a park , shall we?

xiǎo xuě yé ye hǎo a wǒ méi yì jiàn nǐ men ne
小 雪爷爷： 好 啊，我 没 意 见。你们 呢?

Grandpa：OK. I agree. What about you?

xiǎo xuě mā zhēn bú còu qiǎo wǒ yào jiā bān
小 雪 妈： 真 不 凑 巧，我 要 加 班。

Mother：Unfortunately, I have to work overtime.

xiǎo xuě bà nǐ fàng xīn qù ba wǒ dài tā men yì qǐ qù gōng yuán shùn biàn
小 雪 爸：你 放 心 去 吧，我 带 他 们 一 起 去 公 园 ， 顺 便
qǐng bà ba mā ma zài wài tou chī yí dùn nǐ zhōng wǔ fàn zěn
请 爸 爸 妈 妈 在 外 头 吃 一 顿 。你 中 午 饭 怎
me bàn
么 办?

Father：Go ahead, don't worry. I'll take them to the park and take the opportunity to invite our parents for a meal. What about your lunch?

xiǎo xuě mā bié guǎn wǒ wǒ yào qǐng kè hù yì qǐ chī fàn nǐ men hǎo hāo
小 雪 妈： 别 管 我，我 要 请 客 户 一 起 吃 饭，你 们 好 好
wán ba
玩 吧。

Mother：Don't worry about me, I'll treat some clients to lunch. You just go and have fun.

xiǎo xuě bà hǎo nà nǐ xiān zǒu ba wǒ men hái děi shōu shi shōu shi ne
小 雪 爸： 好，那 你 先 走 吧。我 们 还 得 收 拾 收 拾 呢。

Father：Sounds good. Then you go first, we have to tidy up.

xiǎo xuě nǎi nai wǒ qù gěi hái zi dǎ ban dǎ ban zài dài xiē líng shí hé shuǐ guǒ
小 雪 奶 奶： 我 去 给 孩 子 打 扮 打 扮，再 带 些 零 食 和 水 果
shén me de
什 么 的。

Grandma：I'll get Xiao Xue dressed and take some snacks and fruits.

xiǎo xuě mā bié wàng le dài shàng shù mǎ xiàng jī gěi hái zi duō zhào jǐ
小 雪 妈： 别 忘 了 带 上 数 码 相 机，给 孩 子 多 照 几

zhāng hǎo kàn de zhào piàn
张 好看的 照 片。

Mother: Don't forget to bring the digital camera with you and take some good photos.

xiǎo xuě wā tài hǎo le tài hǎo le dà jiā yì qǐ qù guàng gōng yuán la
小 雪 : 哇，太 好 了，太 好 了。大家 一 起 去 逛 公 园 啦。

wǒ yào chuān nà tiān mā ma gěi wǒ mǎi de xīn qún zi
我 要 穿 那 天 妈妈 给 我 买 的 新 裙子。

Xiao Xue: Wow great! We'll all go to the park together. I'll put on the new skirt mother bought me the other day.

xiǎo xuě bà hā ha xiǎo nǚ hái jiù shì ài chòu měi a
小 雪爸 : 哈哈，小 女 孩 就 是 爱 臭 美 啊。

Father: Ha ha! Our little girl really loves to show herself off.

xiǎo xuě mā jì de tīng yé ye nǎi nai de huà a gōng yuán lǐ tou de huā
小 雪妈 : 记 得 听 爷爷 奶奶 的 话 啊。公 园 里头 的 花

cǎo kě bù néng suí biàn zhāi tīng jiàn le ma
草 可 不 能 随 便 摘，听 见 了 吗？

Mother: Remember to listen to your grandparents. Don't pick flowers in the park, you hear?

xiǎo xuě tīng jiàn le mā ma
小 雪 : 听 见 了，妈妈。

Xiao Xue: Yes, mom.

xiǎo xuě bà bié luō suo le yǒu wǒ ne
小 雪爸 : 别 啰 嗦 了，有 我 呢！

Father: Don't harp on. I'll be with her.

xiǎo xuě mā bà mā nà wǒ xiān zǒu le
小 雪妈 : 爸，妈，那 我 先 走 了。

Mother: Dad, mom, I'm going now.

xiǎo xuě nǎi nai xiǎo xīn diǎn
小 雪奶奶 : 小 心 点。

Grandma: Take care.

词汇 Vocabulary

咱们 zán men
we

让……开心 ràng...kāi xīn
make... happy

意见 yì jiàn
idea, opinion

凑巧 còu qiǎo
by accident, fortunately

加班 jiā bān
work overtime

放心 fàng xīn
don't worry; set one's mind
at rest

顺便 shùn biàn
in passing

收拾 shōu shi
tidy up

数码相机 shù mǎ xiàng jī
digital camera

爱 ài
love

臭美 chòu měi
show off; showy

随便 suí biàn
at will

2. 去哪个公园? Which Park to Go to?

xiǎo xuě yé ye　xiǎng hǎo qù nǎ ge gōng yuán le ma
小 雪 爷爷：想 好去哪个 公 园 了吗?

Grandpa：Have you decided which park to go?

xiǎo xuě nǎi nai　lí de jìn de jiù nà liǎng ge　qù bié de gōng yuán jiù yuǎn le
小 雪 奶奶：离得近的就那 两 个,去别的 公 园就 远 了。

Grandma：There are only two nearby. The others are far away.

xiǎo xuě bà　qù yuǎn de jiù dǎ dí qù　tīng shuō běi hǎi gōng yuán zuì jìn yǒu
小 雪 爸：去 远 的就打的去。听 说 北 海 公 园 最近有
ge hé huā jié　nǐ men yuàn yì bu yuàn yì qù kàn kan
个荷花节,你们 愿 意不 愿 意去看 看?

Father：We can take a taxi if going to one that's far away. I hear there has
been a Lotus Festival recently at Beihai Park. Would you like to go?

xiǎo xuě　wǒ yuàn yì　wǒ yuàn yì
小 雪：我 愿 意,我 愿 意。

Xiao Xue：I wanna, I wanna!

xiǎo xuě nǎi nai   hǎo ba   jiù qù běi hǎi gōng yuán kàn hé huā ba   xiǎo xuě a
小 雪 奶 奶：好 吧，就 去 北 海 公 园 看 荷 花 吧。小 雪 啊，

jì de qù gōng yuán yào xiān gàn shén me ma
记 得 去 公 园 要 先 干 什 么 吗？

Grandma：Alright. Let's go to see the lotuses at Beihai Park. Xiao Xue,

do you re member what we do first when going to a park?

xiǎo xuě   jì de yào xiān mǎi piào duì bu
小 雪：记 得，要 先 买 票，对 不？

Xiao Xue：Yes, buy tickets first. Isn't that right?

xiǎo xuě nǎi nai   hái yǒu ne
小 雪 奶 奶：还 有 呢？

Grandma：What else?

xiǎo xuě   bù néng zhāi gōng yuán lǐ tou de huār
小 雪：不 能 摘 公 园 里 头 的 花 儿。

Xiao Xue：Don't pick flowers in the park.

xiǎo xuě bà duì le bǎo bèir   zhēn guāi qīn yì kǒu huí tóu kàn wán le hé
小 雪 爸：对 了，宝 贝 儿，真 乖！亲 一 口。回 头 看 完 了 荷

huā bà ba hái dài nǐ qù gōng yuán de ér tóng lè yuán wán qiū
花，爸 爸 还 带 你 去 公 园 的 儿 童 乐 园 玩 秋

qiān huá tī mù mǎ diàn dòng huǒ chē hǎo bu hǎo
千 、滑 梯、木 马、电 动 火 车，好 不 好？

Father：That's right, sweetie. Have a kiss. After seeing the lotuses daddy

will take you to the children's playground to play on the swings,

slide, merry-go-round and train, OK?

xiǎo xuě ō tài hǎo le xiè xie bà ba
小 雪：喔，太 好 了，谢 谢 爸 爸。

Xiao Xue：Oh, That's great. Thank you, dad.

xiǎo xuě nǎi nai   xiǎo xuě nǎi nai gěi nǐ dài le píng guǒ hé shǔ piàn hái yǒu
小 雪 奶 奶：小 雪，奶 奶 给 你 带 了 苹 果 和 薯 片，还 有

kuàng quán shuǐ nǐ hái xiǎng dài bié de líng shí ma
矿 泉 水，你 还 想 带 别 的 零 食 吗？

Leisure Talk

Grandma: Xiao Xue, grandma will bring some apples, chips and water for you. Do you want to take some other snacks?

xiǎo xuě bú yòng le   huí tóu chī duō le zhōng wǔ gāi chī bú xià fàn le
小 雪：不 用 了，回 头 吃 多 了 中 午 该 吃 不 下 饭 了。

Xiao Xue：No thanks, I don't want to spoil my lunch.

xiǎo xuě nǎi nai zhè hái zi zhēn guāi
小 雪 奶 奶：这 孩 子 真 乖！

Grandma：What a good girl!

词汇 Vocabulary

离……近的 lí...jìn de near to	**乖** guāi well–behaved
别的 bié de other, else	**儿童乐园** ér tóng lè yuán children's playground
荷花节 hé huā jié Lotus Festival	**苹果** píng guǒ apple
愿意 yuàn yì be willing to	**薯片** shǔ piàn potato chip
买票 mǎi piào buy a tickets	**矿泉水** kuàng quán shuǐ mineral water
宝贝 bǎo bèi baby, sweetie	**零食** líng shí snack
真 zhēn really, truly	

3. 爱护花草和公共设施 Taking Care of Flowers and Public Facilities

xiǎo xuě zhè li de huā kě zhēn hǎo kàn a   wén zhe yě hěn xiāng ne
小 雪：这 里 的 花 可 真 好 看 啊，闻 着 也 很 香 呢。

Xiao Xue：The flowers here are so beautiful and they smell nice too.

Unit 1 *Going to the Park*

xiǎo xuě bà　shì a　bú guò bù xǔ zhāi a　zhǐ xǔ kàn
小　雪爸：是啊，不过不许摘啊，只许看。

Father：Yes, but you can't pick them, just look.

xiǎo xuě　wǒ zhī dào　měi cì nǐ hé mā ma dōu gào su wǒ　huā shì gěi rén guān
小　雪：我知道，每次你和妈妈都告诉我，花是给人观

　　　shǎng de　bù néng zhāi xià lai
　　　赏的，不能摘下来。

Xiao Xue：I know. You and mom tell me that every time. The flowers are for

　　　people to look and enjoy, not to pick.

xiǎo xuě bà　zhēn shì ge hǎo hái zi　zǒu　bà ba dài nǐ qù ér tóng lè yuán wán
小　雪爸：真是个好孩子。走，爸爸带你去儿童乐园玩

　　　yóu yì qù　ràng yé ye hé nǎi nai duō zuò yí huìr　ba
　　　游艺去。让爷爷和奶奶多坐一会儿吧。

Father：Good girl. Come on, dad will take you to play at the Children's

　　　Playground, and let your grandparents sit and rest for a while.

xiǎo xuě　hǎo de　méi wèn tí　yé ye　nà wǒ men qù wán le　nǐ men yě guàng
小　雪：好的，没问题。爷爷，那我们去玩了，你们也逛

　　　lèi le　xiān xiū xi huìr　zài zhèr　děng wǒ men a
　　　累了，先休息会儿，在这儿等我们啊。

Xiao Xue：Yeah, no problem. Grandpa, we're going to play. You're tired too,

　　　please rest for a while and wait for us here.

xiǎo xuě bà　ng　wǒ men yí huìr　jiù huí lai　shí jiān yě bù zǎo le　děng huí lai
小　雪爸：嗯，我们一会儿就回来，时间也不早了。等回来

　　　zán men jiù yì qǐ qù chī fàn hǎo bu hǎo
　　　咱们就一起去吃饭好不好？

Father：Well, we'll come back soon as it's not early. We'll go to lunch

　　　together after we return, OK?

xiǎo xuě yé ye　hǎo hǎo　nǐ men qù ba　huí tóu yì qǐ qù chī wǔ fàn
小　雪爷爷：好好，你们去吧。回头一起去吃午饭。

Grandpa：Fine, you go ahead. We'll go to lunch when you come back.

xiǎo xuě nǎi nai bǎ xiàng jī gěi nǐ gěi hái zi duō zhào jǐ zhāng piào liang diǎn
小 雪 奶 奶：把 相 机 给 你，给 孩 子 多 照 几 张 漂 亮 点

de zhào piàn a bú yòng zháo jí huí lai zhǎo wǒ men
的 照 片 啊，不 用 着 急 回 来 找 我 们。

Grandma：Here is the camera, take some good photos for the child. Take
your time.

xiǎo xuě bà zhī dào le nǐ men hē diǎn shuǐ shén me de duō xiē yí huìr
小 雪 爸：知 道 了，你 们 喝 点 水 什 么 的，多 歇 一 会 儿。

zhèr de kōng qì zhè me hǎo duì shēn tǐ yǒu hǎo chù de
这 儿 的 空 气 这 么 好，对 身 体 有 好 处 的。

Father：I know. You can drink some water and have a rest. The air is so fresh
here, it's good for health.

词汇 Vocabulary

好看 hǎo kàn
attractive, beautiful

摘 zhāi
pick

知道 zhī dào
know

许 xǔ
allow, permit

观赏 guān shǎng
view and admire, enjoy

着急 zháo jí
worry

多歇一会儿 duō xiē yí huìr
take more rest

身体 shēn tǐ
body

好处 hǎo chù
benefit; good for

相关用语 Relevant Expressions

草地
cǎo dì / meadow

树
shù / tree

湖 hú / lake	游船 yóu chuán / pleasure boat, yacht
水 shuǐ / water	游人 yóu rén / tourist, visitor
山 shān / mountain, hill	长椅 cháng yǐ / bench
亭子 tíng zi / pavilion	

语言文化小贴士
Language Tips

hé huā jié
1. 荷花节

荷花节就是在荷花盛开的时候举办的游园赏花节。其他类似的还有樱花节、牡丹花节、菊花节等。

The Lotus Festival is a festival held in parks during blooming season of the lotus. Other similar festivals include the Cherry Blossom Festival, Peony Festival, Chrysanthemum Festival and so on.

bǎo bèir   zhēn guāi
2. 宝 贝 儿, 真 乖

这是典型的哄小孩子的语言,叫亲近的人的时候也可以用"宝贝,宝宝"等词以表示自己非常珍惜、爱护他。"乖"是指小孩子听话懂事有礼貌,是大人夸奖孩子常用的语言。类似的语句还有"真是个好孩子"。

This is common language used to coax children. "bǎo bèi" or "bǎo bao" can also be used to address close friends to show one's love or affection. The word "guāi" indicates a child is very obedient, sensible and polite and is often used to praise children. Another sentence like "zhēn shì ge hǎo hái zi (You're such a good child)" has the similar meaning.

ér tóng lè yuán
3. 儿 童 乐 园

基本上每个公园都有，一般在公园里面一个开阔的地方给游人准备一些游乐设施，简单的有转椅、滑梯、攀登架，大型的有过山车等。

Almost every park has a children's playground. It's usually in a large place with some amusement facilities. Simple ones include swivel chairs, slides and climbing frames while larger ones might include a roller coaster.

你真是个好孩子！

● 练习 **Exercises**

1. 请选择最合适的词汇或者短语填空。 Choose the right words or phrases to fill in the blanks.

1) 今天是周末，本来应该休息，可我还得去公司 _____。

　　a.加班　　　　b.做饭　　　　c.看书

2) 多吃蔬菜和水果对身体 _____。

    a.有问题　　　　　b.有好处　　　　　c.有意思

3) 你 _____ 去电影院看电影还是更 _____ 在家看电视?

    a.计划　　　　　b.意愿　　　　　c.愿意

2. 根据课文把句子补充完整。 Complete sentences below according to the text.

    周末小雪一家人准备去逛 _____，他们还带了 _____ 准备拍照片。小雪打算穿妈妈新给她买的 ____。家里人告诉小雪，进公园要先买 _____,而且不许摘公园里头的花草。

泡酒吧
In a Bar

● 必备用语 Key Expressions

pào jiǔ bā
泡 酒吧
indulge in a bar

jié hūn jì niàn rì
结 婚 纪 念 日
wedding anniversary

qǐng nǐ chī fàn
请 你 吃 饭
take you to dinner

bǐ jiào yǒu qíng diào
比 较 有 情 调
a better atmosphere

zhēn bú cuò
真 不 错
excellent

xū yào shén me yǐn liào hé xiǎo chī
需 要 什 么 饮 料 和 小 吃？
What drinks and food would you
like?

méi wèn tí qǐng nín shāo děng
没 问 题，请 您 稍 等。
No problem. Wait a moment,
please.

yǎn chū kāi shǐ le
演 出 开 始 了。
The show starts.

mǎ shàng jiù lái
马 上 就 来。
Right away.

● 情景对话 Situational Dialogues

1. 计划去泡酒吧 Planning to Go to a Bar

(Zhang Lan and Li Gang haven't been to a bar for a long time. On
their wedding anniversary, they discuss how to spend the day.)

zhāng lán   jīn tiān shì zán men de jié hūn jì niàn rì   wǎn shang yì qǐ qù pào
张 兰：今 天 是 咱 们 的 结 婚 纪 念 日，晚 上 一 起 去 泡

jiǔ bā
酒 吧？

Zhang Lan : Today is our wedding anniversary. Let's go to a bar tonight.

lǐ gāng   xíng a   qīn ài de   nǐ xiǎng qù nǎ ge jiǔ bā
李 刚 ：行 啊，亲爱的。你 想 去哪个酒吧？

Li Gang : OK, darling. Which bar would you like to go?

zhāng lán   jié hūn yǐ hòu jiù méi yǒu hé nǐ dān dú qù guo jiǔ bā le   bù rú zán men
张 兰：结婚 以 后 就 没 有 和 你 单 独 去 过 酒吧了。不 如 咱 们

qù yǐ qián yuē huì shí cháng qù de nà jiā   jīn sè nián huá
去 以 前 约 会 时 常 去 的那家"金 色 年 华"。

Zhang Lan : I haven't been to a bar with you since our wedding. We should go
           to the Golden Age Bar where we used to go when we were dating.

lǐ gāng   nà ge jiǔ bā tài chǎo   tīng shuō shì jì dà shà nàr   xīn kāi le yí ge bǐ
李 刚 ：那个酒吧太 吵 。听 说 世纪大厦那儿 新 开了一个比

jiào yǒu qíng diào de kā fēi guǎn   zán men jiù qù nà jiā kā fēi guǎn
较 有 情 调 的咖啡 馆 ，咱 们 就 去 那家咖啡 馆

ba   rén shǎo   yě qīng jìng yì xiē
吧，人 少 ，也 清 静 一些。

Li Gang : That bar is too noisy. I heard a new cafe with a better atmosphere
         has opened recently around the Century Building. Let's go there
         instead. There aren't many people and it's quieter.

zhāng lán   bù ma   wǒ jiù xiǎng qù yuán lái zán men yuē huì shí cháng qù de
张 兰：不嘛，我 就 想 去 原 来咱 们 约 会 时 常 去的

jiǔ bā
酒 吧。

Zhang Lan : No, I prefer the bar we used to go before.

lǐ gāng   hǎo ba hǎo ba   nà wǒ xiān qǐng nǐ qù chī fàn   rán hòu zán men zài qù
李 刚 ：好 吧好 吧，那我 先 请 你去吃饭，然 后 咱 们 再去

pào bā
泡 吧。

Li Gang : Alright then. I'll take you to dinner and after that we'll go to
         the bar.

zhāng lán   chéng
张 兰：成 。

Zhang Lan：OK.

lǐ gāng   jiù zán men liǎng ge   xiǎng shòu yí xià èr rén shì jiè
李 刚：就 咱们 两 个，享 受 一 下 二人世界。

Li Gang：It'll be just the two of us, we'll enjoy a world of two.

zhāng lán   nà nǐ hé bà mā shuō yì shēng   zán men jīn tiān bù huí lai chī le
张 兰：那你和爸妈 说 一 声 ，咱们 今天不回来吃了，

　　　ràng hái zi hé tā men yì qǐ chī ba
　　　让 孩子和他们 一起吃 吧。

Zhang Lan：You'd better tell your parents that we won't come back for
　　　　dinner. They can eat with the kid.

词汇 Vocabulary

结婚纪念日 jié hūn jì niàn rì
wedding anniversary

泡 pào
soak; indulge oneself for a long
time

酒吧 jiǔ bā
bar

单独 dān dú
alone

约会 yuē huì
appointment, date

情调 qíng diào
atmosphere, tone

咖啡馆 kā fēi guǎn
cafe

吵 chǎo
noisy; quarrel

清静 qīng jìng
quiet

原来 yuán lái
formerly, originally

吃饭 chī fàn
have a meal, dine

享受 xiǎng shòu
enjoy

说一声 shuō yì shēng
say, tell

2. 在酒吧 In the Bar

(Zhang Lan and Li Gang are in the Golden Age Bar.)

zhāng lán　nà jiā cān tīng zhēn bú cuò　chī de yě bú cuò　dàn shì zhǐ yǒu dào le
张　兰：那 家 餐 厅 真 不 错，吃 的 也 不 错，但 是 只 有 到 了

　　　　zhèr　　cái néng ràng wǒ huí yì qǐ wǒ men dāng chū gāng rèn shi de
　　　　这 儿 才 能 让 我 回 忆 起 我 们 当 初 刚 认 识 的

　　　　qíng jǐng
　　　　情 景。

Zhang Lan：The restaurant was very good and the meal was nice too, but only
　　　　　　coming here can remind me of the time we first met.

lǐ gāng　duō shao nián méi lái le
李 刚：多 少 年 没 来 了？

Li Gang：How long has it been since we were here last？

zhāng lán　yǒu wǔ nián le ba
张　兰：有 五 年 了 吧。

Zhang Lan：Five years.

lǐ gāng　zhè jiā jiǔ bā gū jì dōu huàn le hǎo jǐ ge lǎo bǎn le
李 刚：这 家 酒 吧 估 计 都 换 了 好 几 个 老 板 了。

Li Gang：I bet the owner of this bar has changed several times.

zhāng lán　kě shì nǐ kàn bā tái nà ge shuài qi de fú wù yuán méi huàn　hái zài
张　兰：可 是 你 看 吧 台 那 个 帅 气 的 服 务 员 没 换，还 在

　　　　nàr　　gěi kè rén tiáo jiǔ ne
　　　　那 儿 给 客 人 调 酒 呢。

Zhang Lan：But look at that handsome waiter, he is still here, and is still mixing
　　　　　　drinks for guests.

lǐ gāng　shì a　dāng chū nǐ kuā tā shuài　wǒ hái bù gāo xìng　gēn nǐ bàn
李 刚：是 啊，当 初 你 夸 他 帅，我 还 不 高 兴，跟 你 拌

　　　　zuǐ ne
　　　　嘴 呢。

Li Gang：That's right. When you said he was good-looking, I wasn't pleased
　　　　　　and quarreled with you.

zhāng lán　　nǐ shuō zán men zhè me cháng shí jiān méi lái　tā hái rèn shi zán
张　兰：你 说 咱 们 这 么 长 时 间 没 来，他 还 认 识 咱

men liǎng ge ma
　　　们 两 个 吗？

Zhang Lan：Do you think he'll recognize us since we haven't been here for
　　　　　such a long time?

lǐ gāng　　bù zhī dào
李 刚：不 知 道。

Li Gang：I'm not sure.

nǚ zhāo dài　xiān sheng　nǚ shì　xū yào shén me yǐn liào hé xiǎo chī ma　zhè shì
女 招 待：先 生，女 士，需 要 什 么 饮 料 和 小 吃 吗？这 是

wǒ men de jiǔ shuǐ dān
　　　我 们 的 酒 水 单。

Waitress：Sir, madam. What drinks and food would you like? This is our
　　　　　drink list.

zhāng lán　　nǐ diǎn ba
张　兰：你 点 吧。

Zhang Lan：You order.

lǐ gāng　　wǒ jì de nǐ ài hē shén me lái zhe　　　jīn jiǔ　duì le　　zán men zài lái
李 刚 ：我 记 得 你 爱 喝 什 么 来 着……金 酒，对 了。咱 们 再 来

fèn shǔ tiáo zěn me yàng
　　　份 薯 条 怎 么 样？

Li Gang：I remember you like to drink... gin, that's right. And let's have
　　　　　some french fries, shall we?

zhāng lán　　chéng　nǐ dìng ba
张　兰：成，你 定 吧。

Zhang Lan：Fine by me. You decide.

lǐ gāng　　xiǎo jiě　wǒ men yào liǎng bēi jīn jiǔ　yí fèn shǔ tiáo　zài lái ge guǒ pán
李 刚 ：小 姐，我 们 要 两 杯 金 酒，一 份 薯 条，再 来 个 果 盘。

Li Gang：Waitress, we'll have two glasses of gin, one french fries, and the
　　　　　fruit plate.

nǚ zhāo dài méi wèn tí qǐng nín shāo děng
女 招 待：没 问 题，请 您 稍 等 。

Waitress：No problem. Wait a moment, please.

lǐ gāng duì le jīn tiān shì zhōu wǔ wǒ jì de nǐ men jīn wǎn yīng gāi yǒu jué
李 刚：对 了，今 天 是 周 五，我 记 得 你 们 今 晚 应 该 有 爵
　　　 shì yuè duì de yǎn chū wa
　　　 士 乐 队 的 演 出 哇 。

Li Gang：Oh, today is Friday. I remember you should have a show by a jazz
　　　　 band tonight.

nǚ zhāo dài ò nà dōu shì hěn zǎo yǐ qián de shì le wǒ men xiàn zài huàn
女 招 待：哦，那 都 是 很 早 以 前 的 事 了，我 们 现 在 换
　　　 chéng mín yáo jí tā yǎn chàng le jiǔ diǎn zhōng huì zhǔn shí
　　　 成 民 谣 吉 他 演 唱 了，9 点 钟 会 准 时
　　　 kāi shǐ
　　　 开 始 。

Waitress：Oh, that was years ago. Now we have changed to folk guitar show.
　　　　 It starts at 9 o'clock sharp.

lǐ gāng xiè xie a
李 刚：谢 谢 啊 。

Li Gang：Thank you.

词汇 Vocabulary

回忆 huí yì
remind, remember

当初 dāng chū
the first time; originally

估计 gū jì
estimate, guess

老板 lǎo bǎn
boss, manager

帅气 shuài qi
handsome, beautiful

调酒 tiáo jiǔ
mix drinks

拌嘴 bàn zuǐ
quarrel

饮料 yǐn liào
drink

小吃　xiǎo chī
snack, small meal

酒水单　jiǔ shuǐ dān
drink list

定　dìng
decide

果盘　guǒ pán
fruit plate

爵士乐队　jué shì yuè duì
jazz band

演出　yǎn chū
performance, show

民谣吉他　mín yáo jí tā
folk guitar

演唱　yǎn chàng
sing

准时　zhǔn shí
on time

3. 酒吧演出 A Show in the Bar

(The music and show starts.)

zhāng lán　shí jiān guò de zhēn kuài a
张　兰：时 间 过 得 真　快 啊！

Zhang Lan：How time flies!

lǐ gāng　shì a　qù nián jié hūn jì niàn rì zán men qù lǚ yóu le　yì zhuǎn
李　刚　：是 啊，去 年 结 婚 纪 念 日 咱　们 去 旅 游 了。一　转

　　　　yǎn　yòu yì nián le
　　　　眼 ，又　一　年　了。

Li Gang：Yes. We went on holiday for our wedding anniversary last year. In
the twinkling of an eye a year has passed.

zhāng lán　lián yuè duì dōu huàn le
张　兰：连 乐 队 都　换 了。

Zhang Lan：Even the band has changed.

lǐ gāng　bié gǎn kǎi le　nǐ xiǎng hē pí jiǔ ma
李　刚　：别 感 慨 了。你 想　喝 啤 酒 吗？

Li Gang：Don't sigh. Would you like a beer?

zhāng lán   yí huìr   ba
张 兰：一会儿吧。

Zhang Lan：Later.

lǐ gāng   nà wǒ zì jǐ yào yì bēi le   nà ge tán jí tā de xiǎo huǒ zi chàng de
李 刚：那我自己要一杯了。那个弹吉他的小伙子唱得

bú cuò   duì jiǔ bā nǚ zhāo dài   má fan nín   bāng wǒ ná yì píng xǐ
不错。（对酒吧女招待）麻烦您，帮我拿一瓶喜

lì pí jiǔ   xiè xie
力啤酒，谢谢。

Li Gang：I'll have one for myself. That boy playing the guitar sings pretty well.

(to a waitress) Excuse me, I'll have a bottle of Heineken, thanks.

nǚ zhāo dài   mǎ shàng jiù lái
女招待：马上就来。

Waitress：Right away.

zhāng lán   nǐ dāng nián jí tā tán de yě bú cuò a
张 兰：你当年吉他弹得也不错啊。

Zhang Lan：You used to play guitar quite well too.

lǐ gāng   yě jiù hù nong hù nong nǐ
李 刚：也就糊弄糊弄你。

Li Gang：I just tricked you into thinking that!

zhāng lán   bù rú děng tā men tán wán le nǐ shàng qu gěi wǒ tán yí ge
张 兰：不如等他们弹完了你上去给我弹一个?

Zhang Lan：You'd better go and play one for me after they finish this.

lǐ gāng   suàn le ba   hǎo jiǔ méi tán le   kěn dìng huì chū chǒu de   hái shi bié diū
李 刚：算了吧，好久没弹了，肯定会出丑的。还是别丢

rén le   tīng rén jiā yǎn chàng ba
人了。听人家演唱吧。

Li Gang：Forget it. I haven't played in years and I'll just make a fool of
myself. I'd rather not embarrass myself. Let's listen to them.

gē shǒu　gǎn xiè dà jiā tīng wǒ men de yǎn chàng　xiè xie gè wèi péng you de
歌　手：感　谢　大　家　听　我　们　的　演　唱　，谢　谢　各　位　朋　友　的

guāng lín
光　临。

Singer：Thank you for listening to our singing and thank you for coming.

lǐ gāng　wǒ dōu wàng le gǔ zhǎng le　ā　xiàn zài dōu shí yī diǎn duō le　zán
李　刚：我　都　忘　了　鼓　掌　了。啊，现　在　都　11　点　多　了，咱

men huí jiā ba　qīn ài de
们　回　家　吧，亲　爱　的。

Li Gang：I forgot to applaud. Well, it's past 11 o'clock now. Let's go home, dear.

zhāng lán　hǎo ba　zhēn huái niàn nián qīng shí de rì zi　wèn nǐ yí xià　wǒ men
张　兰：好　吧，真　怀　念　年　轻　时　的　日　子。问　你　一　下，我　们

rèn shi duō shao nián le
认　识　多　少　年　了？

Zhang Lan：Alright. Oh how I miss being young.　How many years have we known each other?

lǐ gāng　á　zhè ge　　zán men rèn shi　hǎo xiàng qī nián le ba
李　刚：啊？这　个……　咱　们　认　识，好　像　七　年　了　吧？

Li Gang：Well... it seems we have known each other for... seven years?

zhāng lán　hú shuō　shì bā nián　nǐ ya　jiù jì de chī
张　兰：胡　说，是　八　年，你　呀，就　记　得　吃。

Zhang Lan：Nonsense. Eight years. The only thing you remember is to eat .

词汇 Vocabulary

旅游 lǚ yóu travel, tour	**乐队** yuè duì band
转眼 zhuǎn yǎn in the twinkling of an eye	**啤酒** pí jiǔ beer

当年 dāng nián
in those years

鼓掌 gǔ zhǎng
applause; clap

糊弄 hù nong
fool, trick

回家 huí jiā
go home

出丑 chū chǒu
make a fool of oneself

怀念 huái niàn
yearn

丢人 diū rén
embarrass, shame

年轻 nián qīng
young

光临 guāng lín
visit; presence

认识 rèn shi
meet

相关用语 Relevant Expressions

红酒
hóng jiǔ / red wine

茶座
chá zuò / teahouse

白酒
bái jiǔ / liquor

茶室
chá shì / teahouse

点心
diǎn xin / snack

咖啡厅
kā fēi tīng / cafe

茶楼
chá lóu / teahouse

咖啡馆
kā fēi guǎn / cafe

茶馆
chá guǎn / teahouse

咖啡屋
kā fēi wū / cafe

语言文化小贴士 Language Tips

zán men
1. 咱 们

  在汉语中"我们"和"咱们"所指的略有不同。"我们"是指不包括听者

咱们去逛商场吧。

在内，只是包括说话者在内的两个人以上的集体。"咱们"是包括了说话者和听者在内的两个人或以上人数的集体。比如：妻子要同丈夫去商场，妻子对妈妈说："我们要去逛商场。"这里面"我们"指的就是妻子和丈夫两个人，而如果妻子对妈妈说："咱们去逛商场吧。"这里面"咱们"就包括妻子、丈夫以及妈妈。

In Chinese "wǒ men" and "zán men" are slightly different. "wǒ men" indicates two or more people without the listener, but includes the speaker; while "zán men" includes the speaker and two or more listeners. For example, a woman is going shopping with her husband, she says to her mother, "wǒ men yào qù guàng shāng chǎng.(We're going shopping.)" Here, "wǒ men" indicates the woman and her husband. But if the woman says to her mother, "zán men qù guàng shāng chǎng ba.(Let's go shopping.)" Here, "zán men" includes the woman, her husband and her mother.

pào bā
2. 泡吧

一般指泡酒吧。如今，泡吧与喝咖啡一样都属于时尚的休闲娱乐活动。

Usually this refers to indulging oneself at a bar. Nowadays in China going to a bar or drinking coffee has become a fashionable leisure activity.

● 练习 Exercises

选择最合适的词汇或者短语填空。 Choose the right words or phrases to fill in the blanks.

1. 咱们就去那家咖啡馆吧。人少，也 _____ 一些。
   a. 清静　　　b. 干净　　　c. 冷清

2. 今天的演出是 10 点，请你务必 _____ 到。
   a. 准时　　　b. 及时　　　c. 晚点

3. 看到了年轻的一代人，真 _____ 我们年轻时候的时光。
   a. 悼念　　　b. 怀念　　　c. 纪念

4. _____ 您，给我来一杯可乐。
   a. 打扰　　　b. 对不起　　　c. 麻烦

5. 你周末能和 _____ 一起去购物吗?
   a. 咱们　　　b. 我们　　　c. 你们

Answers

答案

1. a　2. a　3. b　4. c　5. b

朋友聚餐
A Friend's Party

● 必备用语 Key Expressions

yuē   jù ju
约……聚聚

make a date to see...

wǒ qǐng kè
我 请 客。

My treat.

dào shí hou jiàn
到 时 候 见。

See you then.

bài tuō le
拜 托 了。

Thank you.

bù hǎo yì si
不 好 意 思

sorry

dà jiā xiān pèng yì bēi
大 家 先 碰 一 杯。

Let's drink first.

cuī yí xià cài
催 一 下 菜

hurry the dishes up

gěi wǒ men shàng sì píng pí jiǔ
给 我 们 上 四 瓶 啤 酒

bring us four bottles of beer

gān bēi
干 杯!

Cheers!

chī hǎo hē hǎo
吃 好 , 喝 好。

Enjoy your food and drinks.

● 情景对话 Situational Dialogues

1. 老同学的电话 A Call from an Old Classmate
(The telephone rings, Zhang Lan picks it up.)

zhāng lán wèi nǐ hǎo
张 兰 : 喂 , 你 好。

Zhang Lan : Hello.

lǐ wěi fēng   shì zhāng lán ma
李 伟 风 : 是 张 兰 吗?

Li Weifeng : Hello, is it Zhang Lan?

zhāng lán   shì wǒ   nín shì nǎ wèi
张 兰：是 我。您 是 哪 位？

Zhang Lan：Yes. Who is speaking?

lǐ wěi fēng   wǒ shì lǐ wěi fēng a   hái jì de wǒ ma   nǐ de gāo zhōng tóng xué
李 伟 风：我 是 李 伟 风 啊。还 记 得 我 吗？你 的 高 中 同 学。

　　　　　wǒ gāng cóng měi guó huí lai
　　　　　我 刚 从 美 国 回 来。

Li Weifeng：This is Li Weifeng. Do you remember me? I was your high
　　　　　school classmate. I've just come back from America.

zhāng lán   nǐ a   zhēn shì hǎo jiǔ dōu méi nǐ de xiāo xi le   nǐ qù le měi guó
张 兰：你 啊？真 是 好 久 都 没 你 的 消 息 了。你 去 了 美 国

　　　zhī hòu   zěn me yì diǎn xiāo xi dōu méi yǒu a
　　　之 后，怎 么 一 点 消 息 都 没 有 啊？

Zhang Lan：Is it you? I haven't heard from you for a long time. How come I
　　　　　haven't heard anything from you since you left for America?

lǐ wěi fēng   hāi   bié tí le   yì yán nán jìn   bú guò zhè cì huí lai néng zài guó nèi
李 伟 风：咳，别 提 了，一 言 难 尽。不 过 这 次 回 来 能 在 国 内

　　　dāi yí ge duō yuè ne   wǒ xiǎng jiàn jian lǎo tóng xué men   nǐ hé tā
　　　待 一 个 多 月 呢，我 想 见 见 老 同 学 们。你 和 他

　　　men hái dōu yǒu lián xì ma
　　　们 还 都 有 联 系 吗？

Li Weifeng：Oh forget about that. It's a long story. However, I'll be at home
　　　　　for more than a month this time, so I'd like to see our old class-
　　　　　mates. Do you keep in touch with them?

zhāng lán   yǒu de yǒu   yǒu de yě hǎo jiǔ méi lián xì le
张 兰：有 的 有，有 的 也 好 久 没 联 系 了。

Zhang Lan：Some of them, but some I haven't heard from for quite a long time.

lǐ wěi fēng   wǒ xiǎng yuē dà huǒ yì qǐ jù ju   wǒ qǐng kè
李 伟 风：我 想 约 大 伙 一 起 聚 聚，我 请 客。

Li Weifeng：I'd like to make a date to see you all. My treat.

zhāng lán   shì bu shì fā cái le
张　兰：是不是发财了？

Zhang Lan：Have you become it rich?

lǐ wěi fēng   nǎr   a   dāng chū wǒ zǒu de shí hou dà jiā yì qǐ sòng
李伟风：哪儿啊。当　初我走的时候大家一起送

　　　　wǒ   nà chǎng miàn wǒ dào xiàn zài yě wàng bu liǎo   tǐng
　　　　我，那　场　面我到现在也忘不了。挺

　　　　xiǎng dà huǒr   de
　　　　想　大伙儿的。

Li Weifeng：Not at all. When I left China, everyone saw me off. I'll never
　　　　　　forget that scene and I miss you all.

zhāng lán   chéng   nà wǒ bǎ tā men de lián xì diàn huà gào su nǐ   nǐ yuē tā
张　兰：成　，那我把他们的联系电话告诉你，你约他

　　　　men ba
　　　　们吧。

Zhang Lan：OK. I'll tell you their telephone numbers so you can call them.

lǐ wěi fēng   chéng   zhōu liù rì yīng gāi dōu méi wèn tí ba
李伟风：成　，周六日应该都没问题吧？

Li Weifeng：Fine. Saturday should be no problem, right?

zhāng lán   wǒ yì bān zhōu mò dōu méi wèn tí   shí jiān dìng le zhī hòu gào su wǒ
张　兰：我一般周末都没问题，时间定了之后告诉我

　　　　yì shēng
　　　　一声。

Zhang Lan：I'm usually free at weekends. You can tell me after the time
　　　　　　is set.

lǐ wěi fēng   chéng   méi wèn tí   nà zán men dào shí hou jiàn
李伟风：成　，没问题。那咱们到时候见。

Li Weifeng：OK, no problem. See you then.

zhāng lán   hǎo   dào shí hou jiàn
张　兰：好。到时候见。

Zhang Lan：Great. See you.

词汇 Vocabulary

好久 hǎo jiǔ
a long time

场面 chǎng miàn
scene

消息 xiāo xi
news

联系 lián xì
contact

一言难尽 yì yán nán jìn
it's a long story

周末 zhōu mò
weekend

2. 预订包间 Reserving a Private Room at a Restaurant

lǐ gāng wèi
李 刚：喂？

Li Gang: Hello?

lǐ wěi fēng qǐng wèn zhāng lán zài jiā ma
李 伟 风：请 问 张 兰 在家 吗？

Li Weifeng: Hello, may I speak to Zhang Lan?

lǐ gāng zài nǐ děng yí xià duì zhāng lán shuō nǐ de diàn huà
李 刚：在，你 等 一下。(对 张 兰 说)你的 电话。

Li Gang: Yes, hold on. (To Zhang Lan) You're wanted on the phone.

zhāng lán jiē guò diàn huà wèi
张 兰：(接 过 电 话)喂？

Zhang Lan: (takes the phone) Hello?

lǐ wěi fēng wǒ shì lǐ wěi fēng a wǒ yǐ jīng yuē le zán men bān de suǒ yǒu
李 伟 风：我 是 李 伟 风 啊。我 已 经 约 了 咱 们 班 的 所 有

tóng xué chú le zhào qiáng hé sūn xiǎo tāo zài chū chāi jī běn
同 学，除 了 赵 强 和 孙 小 涛 在 出 差，基 本

shang zài běi jīng de wǒ dōu lián xì shàng le
上 在 北 京 的 我 都 联 系 上 了。

Li Weifeng: This is Li Weifeng speaking. I've confirmed with all of our

classmates except Zhao Qiang and Sun Xiaotao, who are both

on a business trip. I've almost contacted every classmate in Beijing.

zhāng lán　　nà liǎng ge rén jīng cháng chū chāi　nǐ yuē de shì nǎ tiān a
张　兰：那 两 个 人 经　常　出　差。你 约 的 是 哪 天 啊？

Zhang Lan：Those two often go on business trips. On which day did you make the date?

lǐ wěi fēng　wǒ yuē tā men zhè zhōu liù yì qǐ chī wǎn fàn　dà jiā dōu méi wèn
李 伟 风：我 约 他 们 这 周 六 一 起 吃 晚 饭，大 家 都 没 问
　　　　　tí　nǐ yě méi wèn tí ba
　　　　　题，你 也 没 问 题 吧？

Li Weifeng：I've arranged to have dinner this Saturday. Nobody has a problem with that. You don't have trouble with that, do you?

zhāng lán　méi wèn tí　zài nǎr　chī a
张　兰：没 问 题。在 哪 儿 吃 啊？

Zhang Lan：No problem. Where do we eat?

lǐ wěi fēng　zhè ge wǒ hái méi xiǎng hǎo ne　tā men yě shì yì rén yí ge zhǔ yi
李 伟 风：这 个 我 还 没　想　好 呢，他 们 也 是 一 人 一 个 主 意。
　　　　　nǐ bāng wǒ xiǎng xiang　wǒ hǎo jiǔ bú zài běi jīng le　nǎr　yǒu
　　　　　你 帮 我 想　想　。我 好 久 不 在 北 京 了，哪 儿　有
　　　　　shén me hǎo chī de huò xīn kāi de fàn guǎn wǒ yě bù qīng chu
　　　　　什 么 好 吃 的 或 新 开 的 饭　馆 我 也 不 清　楚。

Li Weifeng：I haven't made up my mind yet. They all have different opinions. Can you help me to think of somewhere? I haven't been to Beijing for a long time and I don't know where there is a good place to eat or maybe a newly opened restaurant.

zhāng lán　lí wǒ jiā bù yuǎn yǒu jiā　shùn fēng hǎi xiān　bú cuò
张　兰：离 我 家 不 远　有 家 " 顺　峰　海 鲜 " 不 错。

Zhang Lan：There is one called Shunfeng Seafood Restaurant not far from my home, it's pretty good.

lǐ wěi fēng　nǐ yǒu nàr　de diàn huà ma　fāng biàn de huà nǐ jiù bāng wǒ dìng
李 伟 风：你 有 那 儿 的 电　话 吗？方　便 的 话 你 就 帮 我 订

ge bāo jiān ba
个 包 间 吧?

Li Weifeng: Do you have the phone number? Can you help me book a room there if it's not too much bothersome?

zhāng lán   chéng   méi wèn tí   wǒ jiù dìng zhōu liù wǎn qī diǎn   chéng ma
张 兰：   成 ， 没 问 题 , 我 就 订 周 六 晚 7 点 , 成 吗?

Zhang Lan: OK, no problem. I'll make a reservation at 7 o'clock on Saturday evening. Is that alright?

lǐ wěi fēng   chéng   dìng shàng le jiù gào su wǒ yí xià   wǒ hǎo tōng zhī
李 伟 风 ：   成 ， 订   上   了 就 告 诉 我 一 下 , 我 好 通 知

            tā men
            他 们 。

Li Weifeng: That's fine. Please tell me after you have booked so I can tell the others.

zhāng lán hǎo de   yí gòng duō shǎo rén
张 兰：好 的。一 共 多 少 人?

Zhang Lan: OK. How many people are there?

lǐ wěi fēng   děng deng wǒ suàn suan   jiā shàng nǐ wǒ yí gòng shí èr ge
李 伟 风 ： 等   等 , 我 算   算……加 上 你 我 一 共   12 个。

Li Weifeng: Just wait, let me count... with you and me altogether twelve.

zhāng lán   hǎo   wǒ zhè jiù dǎ diàn huà gěi nà jiā fàn diàn
张 兰：好。我 这 就 打 电 话 给 那 家 饭 店 。

Zhang Lan: Alright. I'll call the restaurant right away.

lǐ wěi fēng   hǎo de   bài tuō le
李 伟 风 ：好 的, 拜 托 了。

Li Weifeng: Good. Thank you.

(A moment later)

zhāng lán   dìng hǎo le   nà jiù zhōu liù jiàn le   wǒ kě děi kàn kan nǐ biàn yàng
张 兰：订 好 了。那 就 周 六 见 了。我 可 得 看 看 你 变 样

le méi yǒu
了 没 有 。

Zhang Lan: All settled. We'll meet on Saturday then. I'll see whether you
have changed or not.

lǐ wěi fēng   kěn dìng shì biàn lǎo le   dàn bù xǔ xiào hua wǒ ya
李 伟 风 : 肯 定 是 变 老 了 , 但 不 许 笑 话 我 呀 。

Li Weifeng: I've grown older for sure, but don't laugh at me.

zhāng lán   nǎ néng a   wǒ men dōu lǎo le
张 兰 : 哪 能 啊 , 我 们 都 老 了 。

Zhang Lan: Of course I won't. We're all growing older.

词汇 Vocabulary

出差 chū chāi
go on a business trip

基本 jī běn
basic

主意 zhǔ yi
idea, opinion

饭馆 fàn guǎn
restaurant

不错 bú cuò
not bad

包间 bāo jiān
private room

通知 tōng zhī
inform, give notice

饭店 fàn diàn
restaurant, hotel

变样 biàn yàng
change

变老 biàn lǎo
grow older

笑话 xiào hua
joke

3. 在饭店聚会 Getting Together at a Restaurant

zhāng lán   āi ya   nǐ dōu lái le   bù hǎo yì si   wǒ yīng gāi zǎo diǎn dào de
张 兰 : 哎 呀 , 你 都 来 了 。 不 好 意 思 , 我 应 该 早 点 到 的 。

Zhang Lan : Ah, you're here already. Sorry, I should have got here earlier.

lǐ wěi fēng bù wǎn wǒ shì dì yī ge dào de nǐ shì dì èr ge
李 伟 风 : 不 晚 ，我 是 第 一 个 到 的，你 是 第 二 个。

Li Weifeng : You're not late. I'm the first here, and you're the second.

zhāng lán zán men xiān diǎn diǎnr yǐn liào zài diǎn xiē liáng cài ba
张 兰 : 咱 们 先 点 点 儿 饮 料，再 点 些 凉 菜 吧。

Zhang Lan : Let's order some drinks first and then order some cold dishes.

lǐ wěi fēng chéng huí tóu děng dà jiā dào qí le zài yì rén diǎn yí ge cài
李 伟 风 : 成 ，回 头 等 大 家 到 齐 了，再 一 人 点 一 个 菜。

Li Weifeng : OK. When everybody gets here we'll let them order one dish
each.

(People arrive one after another. Everyone orders one dish.)

lǐ wěi fēng tóng xué men chà bu duō dōu dào qí le wǒ xiān shuō liǎng jù a
李 伟 风 : 同 学 们 差 不 多 都 到 齐 了，我 先 说 两 句 啊。

wǒ dāng chū qù měi guó de shí hou dà jiā lái sòng wǒ jīn tiān wǒ huí
我 当 初 去 美 国 的 时 候 大 家 来 送 我，今 天 我 回

lai le yī shì kàn kan dà jiā èr shì shùn biàn qǐng dà jiā lái jù
来 了，一 是 看 看 大 家，二 是 顺 便 请 大 家 来 聚

yí jù
一 聚。

Li Weifeng : Almost everyone is here, so let me say something first. When I
left for America, everyone came to see me off. Today I came
back to see you all and get together.

zhāng lán xiān bié shuō bié de le dà jiā xiān pèng yì bēi huān yíng lǐ wěi fēng
张 兰 : 先 别 说 别 的 了，大 家 先 碰 一 杯，欢 迎 李 伟 风

huí lai
回 来。

Zhang Lan : Don't say anything else. Let's drink to welcome Li Weifeng
back.

dà jiā yì qǐ   gān bēi
大家一起：干 杯！

All: Cheers!

tóng xué   xiǎng dāng chū nǐ zǒu de shí hou   wǒ men dōu gāng gōng zuò   duō
同 学 1：想 当 初 你 走 的 时 候，我 们 都 刚 工 作，多
　　　　nián qīng a   xiàn zài dà jiā dōu lǎo le
　　　　年 轻 啊。现 在 大 家 都 老 了。

Classmate 1: Remember when you left we had all just started work. How
　　　　　　young we were. Now everybody is getting old.

tóng xué   gēn wǒ men yě shuō shuo   nǐ zài nà bian hùn de zěn me yàng a
同 学 2：跟 我 们 也 说 说，你 在 那 边 混 得 怎 么 样 啊？

Classmate 2: Tell us how you were getting on over there?

lǐ wěi fēng   yì bān yì bān   wǒ guò qu jiù shì xiān niàn shū   rán hòu shēn qǐng lù
李 伟 风：一 般 一 般，我 过 去 就 是 先 念 书，然 后 申 请 绿
　　　　kǎ shá de   guò yì bān liú xué shēng de rì zi
　　　　卡 啥 的，过 一 般 留 学 生 的 日 子。

Li Weifeng: Just so so. I went to study first, then applied for a green card, and
　　　　　　lived a life of an ordinary overseas student.

zhāng lán   nǐ jué de bǐ guó nèi de shēng huó rú hé a
张 兰：你 觉 得 比 国 内 的 生 活 如 何 啊？

Zhang Lan: What do you think of the life there compared to it at home?

lǐ wěi fēng   dà jiā bié guāng shuō   chī a   huí tóu cài gāi liáng le   duì fú wù
李 伟 风：大 家 别 光 说，吃 啊，回 头 菜 该 凉 了。（对 服 务
　　　　yuán   xiǎo jiě   má fan nín bāng wǒ men cuī yí xià wǒ men de cài
　　　　员）小 姐，麻 烦 您 帮 我 们 催 一 下 我 们 的 菜，
　　　　zài gěi wǒ men shàng sì píng pí jiǔ
　　　　再 给 我 们 上 四 瓶 啤 酒。

Li Weifeng: Don't just sit there talking, let's eat. Otherwise the dishes will
　　　　　　get cold soon. (to waitress) Miss, would you hurry the dishes up
　　　　　　and bring us four bottles of beer.

fú wù yuán hǎo de
服 务 员 ：好 的 。

Waitress：OK.

tóng xué sān　xiàn zài dà jiā dōu lā jiā dài kǒu le　jù yí cì bù róng yì a　rú guǒ
同 学 三 ：现 在 大 家 都 拉 家 带 口 了，聚 一 次 不 容 易 啊，如 果
　　　　　　　bú shì nǐ huí lai　zán men tóng xué nǎ néng còu zhè me qí a
　　　　　　　不 是 你 回 来，咱 们 同 学 哪 能 凑 这 么 齐 啊。

Classmate 3：Now everybody has a family so it's not easy to get together. If
　　　　　　　you didn't come back, how could us classmates all have got
　　　　　　　together?

lǐ wěi fēng dà jiā zhēn gěi miàn zi　chī hǎo　hē hǎo
李 伟 风 ：大 家 真 给 面 子，吃 好，喝 好 。

Li Weifeng：All of you gave me this chance and accepted my invitation.
　　　　　　　Please enjoy your food and drinks.

zhāng lán fàng xīn ba　dōu shì shóu rén　shéi dōu bú huì kè qi de
张 兰 ：放 心 吧，都 是 熟 人，谁 都 不 会 客 气 的 。

Zhang Lan：Don't worry. Everyone knows each other here, nobody will stand
　　　　　　　on ceremony.

词汇 Vocabulary

晚 wǎn late; evening, night	**拉家带口** lā jiā dài kǒu have a family
凉菜 liáng cài cold dish	**凑齐** còu qí gather together
混 hùn get on, muddle along	**面子** miàn zi face, reputation
回头 huí tóu later; in a short time	**放心** fàng xīn set one's heart at rest
催 cuī urge	**熟人** shóu rén acquaintance

Leisure Talk

相关用语 Relevant Expressions

餐厅
cān tīng / restaurant

酒店
jiǔ diàn / hotel

小吃店
xiǎo chī diàn / snack bar

早点铺
zǎo diǎn pù / breakfast booth

饺子馆
jiǎo zi guǎn / dumpling restaurant

火锅店
huǒ guō diàn / hotpot restaurant

下馆子
xià guǎn zi / go to a restaurant

语言文化小贴士 Language Tips

wèi

1. 喂

这是典型的电话用语,用于打电话或接电话时的问候语。

This is a typical telephone expression. It's a greeting word used when you call someone or receive a call.

例 1:喂,哪位?

Hello, who is speaking?

例 2:喂,请找一下小雪。

Hello, may I speak to Xiao Xue, please?

fā cái

2. 发财

可指获得很多钱,也可以是一种客套话,意思是在哪里工作,比如: "现在在哪发财啊?"

This refers to making a lot of money. It's also a way of asking someone where he works. For example, "xiàn zài zài nǎ fā cái a? (Where do you work now?)"

好久没见了，现在在哪发财啊?

lā jiā dài kǒu

3.拉家带 口

指带着一家老小,包括丈夫、妻子、儿女等,多指受家庭的拖累。也可以说拖家带口。

This indicates that one has a family including husband, wife and children. Mostly it refers to the burden of a family or having a family to support. "tuō jiā dài kǒu" can also be said.

hùn

4.混

经常的用法是"混日子",也就是过一天是一天,没有目的,稀里糊涂地、凑活地生活的意思。其他用法还有"混年头"、"混学历"等。

This is often used as "hùn rì zi (muddle along without purpose)". Other uses include "hùn nián tou(muddle along through life)", "hùn xué lì (drift along through university)", and so on.

miàn zi

5. 面子

一个是指虚荣心,另一个是指情面。中国人比较讲究面子,就是做事情表面上看起来比较风光,让人感觉舒服。经常的表达法有:"给面子、有面子、要面子、好面子"等。

This refers to one's prestige or reputation or one's feelings or sensibilities. Chinese people pay attention to reputation so they do things to look good and make people feel comfortable. Common expressions include "gěi miàn zi (show due respect for someone; do somebody a favor), yǒu miàn zi (have face or respect), yào miàn zi (want to have face), hào miàn zi (anxious to save face)".

● 练习 **Exercises**

1. 选择最合适的词汇或者短语填空。 Choose the right words and phrases to fill in the blanks.

1) 大家都在焦急地等着比赛场上的最新 ＿＿＿＿。
　　a.运动员　　　　b.比赛　　　　　c.消息

2) A: 听说你在旅途中经历很丰富啊？给我们讲讲？
　　B: 咳，＿＿＿＿啊。
　　b.一无是处　　　　b.一言难尽　　　　c.一心一意

3) 他真是个要 ＿＿＿＿ 的人，什么事情都想让别人夸他。
　　a.面子　　　　b.里子　　　　c.儿子

4) 请大家随意吃喝，不要 ＿＿＿＿。
　　a.客气　　　　b.淘气　　　　c.丧气

2. 把句子补充完整。 Complete sentences below.

对我来说,和朋友 ＿＿＿＿ 是件很开心的事情,又有的吃,又有的聊。上周我主动约了几个朋友在我家旁边的 ＿＿＿＿ 聚聚,我打电话订了个 ＿＿＿,先上 ＿＿＿＿,后来又上了热菜,大家吃得很开心,都夸我点的菜好。

Going to a Movie

● 必备用语 Key Expressions

kàn diàn yǐng
看 电 影

watch a movie

tīng yīn yuè huì
听 音 乐 会

go to a concert

dài nǐ qù kàn diàn yǐng
带 你 去 看 电 影

take you to watch a movie

píng jià tǐng gāo
评 价 挺 高

highly rated

piào bú tài hǎo mǎi
票 不 太 好 买 。

Tickets are not easy to buy.

duō mǎi yì zhāng piào
多 买 一 张 票

buy one more ticket

péi tā qù
陪 她 去

go with her

bié chí dào
别 迟 到 。

Don't be late.

zhēn bù hǎo yì si
真 不 好 意思 。

I'm very sorry.

wǒ men shì jǐ pái jǐ hào
我 们 是 几 排 几 号 ?

Which row and seat numbers are we in?

● 情景对话 Situational Dialogues

1. 带孩子去看电影 Taking kid to a Movie

xiǎo xuě mā   zán men hǎo jiǔ méi dài xiǎo xuě qù kàn diàn yǐng le
小 雪 妈：咱 们 好 久 没 带 小 雪 去 看 电 影 了。

Mother: We haven't taken Xiao Xue to a movie for a long time.

xiǎo xuě bà   shì a   zhè bu yòu kuài kǎo shì le ma   wǒ pà yǐng xiǎng tā xué xí
小 雪 爸：是 啊，这 不 又 快 考 试 了 嘛，我 怕 影 响 她 学 习，

suǒ yǐ jiù yì zhí méi dài tā qù
所以就一直没带她去。

Father：Yes. She'll have an exam soon. I'm afraid it might affect her study
so I didn't take her to any.

xiǎo xuě mā　xiǎo xuě a　xià zhōu nǐ kǎo wán shì　zhōu mò bà ba mā ma dài nǐ
小雪妈：小雪啊，下周你考完试，周末爸爸妈妈带你

qù kàn diàn yǐng huò zhě tīng yīn yuè huì hǎo bu hǎo a
去看电影或者听音乐会好不好啊？

Mother：Xiao Xue, next week after the exams we will take you to go to a
movie or concert, OK?

xiǎo xuě　hǎo a　hǎo a
小雪：好啊，好啊。

Xiao Xue：That's great.

xiǎo xuě bà　nà nǐ dào dǐ shì xǐ huan kàn diàn yǐng ne hái shì tīng yīn yuè huì a
小雪爸：那你到底是喜欢看电影呢还是听音乐会啊？

Father：Which would you prefer, a movie or a concert?

xiǎo xuě　wǒ dāng rán xiǎng kàn diàn yǐng le　zuì hǎo shì dòng huà piàn
小雪：我当然想看电影了，最好是动画片。

Xiao Xue：A movie, of course. A cartoon would be best.

xiǎo xuě mā　wǒ lái chá cha bào zhǐ kàn　xià zhōu mò jiāng huì shàng yǎn dòng
小雪妈：我来查查报纸看。下周末将会上演动

huà piàn　bīng hé shì jì　　yō hái shì jìn kǒu dà piàn ne
画片《冰河世纪II》，哟，还是进口大片呢。

Mother：Let me check the newspaper. The cartoon *Ice Age II* will be on next
weekend and it's an imported blockbuster.

xiǎo xuě bà　tīng qǐ lai bú cuò ma　wǒ kàn wǎng shang duì tā de píng jià tǐng
小雪爸：听起来不错嘛，我看网上对它的评价挺

gāo de
高的。

Father：Sounds great. I've read on the web that it's highly rated.

xiǎo xuě   nà zán men jiù qù kàn zhè ge ba   hǎo bu hǎo
小　雪：那咱们就去看这个吧，好不好？

Xiao Xue：In that case let's go to watch it, shall we?

xiǎo xuě mā   hǎo   dàn shì zhè zhōu nǐ hái yào tā xià xīn lai bǎ zuì hòu jǐ mén kè
小　雪妈：好，但是这周你还要塌下心来把最后几门课
　　　　　kǎo hǎo
　　　　　考好。

Mother：Good. But you'll have to really set your mind to the last few subjects this week.

xiǎo xuě   fàng xīn ba   wǒ huì de
小　雪：放心吧，我会的。

Xiao Xue：Don't worry, I will.

xiǎo xuě bà   ng   nǐ yí dìng néng kǎo hǎo   wǒ men duì nǐ yǒu xìn xīn
小　雪爸：嗯，你一定能考好，我们对你有信心。

Father：I'm sure you'll do well. We have confidence in you.

词汇 Vocabulary

电影　diàn yǐng
movie

考试　kǎo shì
exam

影响　yǐng xiǎng
affect; effect

音乐会　yīn yuè huì
concert

动画片　dòng huà piàn
cartoon

查　chá
check, look up

报纸　bào zhǐ
newspaper

上演　shàng yǎn
show, perform

网上　wǎng shang
on the web

评价　píng jià
evaluate

信心　xìn xīn
confidence

2. 约小朋友一起去 Asking Friends Along

xiǎo xuě　bà ba　mā ma　zhè ge zhōu mò shì bu shì zán men yào qù kàn diàn
小　雪：爸爸，妈妈，这个周末是不是咱们要去看电

　　　yǐng a
　　　影啊？

Xiao Xue: Dad, Mom. Are we going to a movie this weekend?

xiǎo xuě mā　duì duì　zán men bú shì shuō hǎo le ma　děng nǐ kǎo wán shì de zhè
小　雪妈：对对，咱们不是说好了嘛，等你考完试的这

　　　ge zhōu mò jiù qù
　　　个周末就去。

Mother: That's right. We've decided to go this weekend after you finish the
exams, haven't we?

xiǎo xuě bà　jīn tiān shì xīng qī sì　tīng shuō piào bú tài hǎo mǎi　wǒ míng tiān
小　雪爸：今天是星期四，听说票不太好买，我明天

　　　wǎn shang xià bān shùn biàn qù mǎi piào ba
　　　晚上下班顺便去买票吧。

Father: Today is Thursday. I've heard the tickets are hard to get. I'll buy
them after work tomorrow evening on the way back.

xiǎo xuě mā　piào yǒu nà me jǐn zhāng ma
小　雪妈：票有那么紧张吗？

Mother: Are there not many tickets?

xiǎo xuě bà　bù zhī dào　fǎn zhèng méi shì jiù xiān mǎi le　shěng de dào shí hou
小　雪爸：不知道。反正没事就先买了，省得到时候

　　　zài pái duì le
　　　再排队了。

Father: I don't know. Anyway, I will buy in advance to save time lining
up later.

xiǎo xuě mā　nà dào yě shì　xiǎo xuě a　zán men jiù kàn míng tiān wǎn shang
小　雪妈：那倒也是。小雪啊，咱们就看明天晚上

bā diǎn nà chǎng zěn me yàng
8 点 那 场 ，怎 么 样 ？

Mother：That's right. Xiao Xue, let's watch the film at 8 o'clock tomorrow evening. How does that sound?

xiǎo xuě méi wèn tí bú guò wǒ tóng xué zhāng xiǎo qín yě xiǎng qù kàn dàn
小 雪：没 问 题。不 过 我 同 学 张 小 琴 也 想 去 看 ，但

shì tā bà ba mā ma bù néng péi tā qù néng ràng tā gēn wǒ men yì
是 她 爸 爸 妈 妈 不 能 陪 她 去 ，能 让 她 跟 我 们 一

qǐ qù ma
起 去 吗 ？

Xiao Xue：No problem. My friend Zhang Xiaoqin also wants to see it, but her parents can't go with her. Can we bring her with us?

xiǎo xuě bà kě yǐ a nà wǒ jiù zài duō mǎi yì zhāng piào ba
小 雪爸：可 以 啊，那 我 就 再 多 买 一 张 票 吧。

Father：Of course. I'll buy one more ticket.

xiǎo xuě tài hǎo le wǒ míng tiān jiù gào su tā xiè xie bà ba
小 雪：太 好 了。我 明 天 就 告 诉 她。谢 谢 爸 爸。

Xiao Xue：That's great. I'll tell her tomorrow. Thank you, Dad.

xiǎo xuě mā wǒ zài gěi nǐ men mǎi diǎn líng shí gào su nǐ tóng xué qī diǎn
小 雪妈：我 再 给 你 们 买 点 零 食。告 诉 你 同 学 7 点

wǔ shí fēn zài dà huá diàn yǐng yuàn mén kǒu děng qiān wàn bié
50 分 在 大 华 电 影 院 门 口 等 ，千 万 别

chí dào
迟 到。

Mother：I'll buy some snacks for you. Tell your classmate to wait at the front gate of Dahua Cinema at 7:50, and not to be late.

xiǎo xuě zhī dào le
小 雪：知 道 了。

Xiao Xue：I know.

词汇 Vocabulary

下班 xià bān
get off work

买票 mǎi piào
buy a ticket

紧张 jǐn zhāng
tight, nerous

省得 shěng de
in case; so as to avoid

排队 pái duì
stand in line

陪(某人) péi (mǒu rén)
accompany someone

告诉 gào su
tell

零食 líng shí
snack

千万 qiān wàn
must; be sure to

3. 看电影 Watching a Movie

(At the front door of the cinema)

xiǎo xuě mā xiǎo xuě dōu kuài qī diǎn wǔ shí fēn le   nǐ tóng xué zěn me hái
小 雪 妈：小 雪，都 快 7 点 50 分 了，你 同 学 怎 么 还

méi lái a   tā bú huì wàng le ba
没 来 啊？她 不 会 忘 了 吧？

Mother：Xiao Xue, it's almost 7:50. Why hasn't your classmate come yet?
She won't forget, will she?

xiǎo xuě bú huì de   wǒ chū mén qián hái gěi tā dǎ le diàn huà ne   tā shuō
小 雪：不 会 的，我 出 门 前 还 给 她 打 了 电 话 呢。她 说

tā huì zhǔn shí dào de
她 会 准 时 到 的。

Xiao Xue：No, I called her before I left home. She said she would arrive on
time.

xiǎo xuě bà bié zháo jí   yě xǔ lù shang dǔ chē   hái yǒu shí fēn zhōng cái kāi
小 雪 爸：别 着 急，也许 路 上 堵 车。还 有 10 分 钟 才 开

yǎn ne   zài shuō gū jì hái yǒu shí fēn zhōng de guǎng gào ne
演 呢，再 说 估计 还有 10 分 钟 的 广 告 呢。

Father：Don't worry. Perhaps there is a traffic jam. There are ten minutes
before it starts and also there'll be ten minutes' of ads.

zhāng xiǎo qín xiǎo xuě xiǎo xuě wǒ zài zhèr
张 小 琴：小 雪，小 雪，我 在 这 儿。

Zhang Xiaoqin: Xiao Xue, I'm here.

xiǎo xuě qiáo gěi nǐ jí de hái lái de jí
小 雪：瞧 给 你 急 的，还 来 得 及。

Xiao Xue：Look at you, so rush. We're in time.

zhāng xiǎo qín shū shu ā yí hǎo   wǒ jiā dào zhè li yǒu diǎn dǔ chē ràng nǐ
张 小 琴：叔 叔、阿 姨 好 。我 家 到 这 里 有 点 堵 车，让 你

men jiǔ děng le   zhēn bù hǎo yì si
们 久 等 了，真 不 好 意 思。

Zhang Xiaoqin：Hello uncle and aunty. There was a bit of traffic jam on
the way here. Sorry to have kept you waiting for a long time.

xiǎo xuě bà méi guān xi gǎn kuài jìn qu ba diàn yǐng mǎ shàng jiù kāi yǎn le
小 雪 爸：没 关 系，赶 快 进 去 吧，电 影 马 上 就 开 演 了。

duì le   zhè shì gěi nǐ hé xiǎo xuě mǎi de yǐn liào hé líng shí jì de
对 了，这 是 给 你 和 小 雪 买 的 饮 料 和 零 食，记 得

zài lǐ tou bié dà shēng shuō huà a
在 里 头 别 大 声 说 话 啊。

Father：It doesn't matter, go in quickly. The film will will start soon. Oh,
here are the drinks and snacks we bought for you and Xiao Xue.
Remember not to speak loudly inside.

zhāng xiǎo qín zhī dào le shū shu
张 小 琴：知 道 了，叔 叔。

Zhang Xiaoqin：I know, uncle.

xiǎo xuě zán men kuài jìn qu ba wǒ men shì jǐ pái jǐ hào
小 雪：咱 们 快 进 去 吧。我 们 是 几 排 几 号？

Xiao Xue：Let's go in quickly. Which row and seat numbers are we in?

xiǎo xuě bà shíwǔ pái èrshíliù dào sānshíèr hào
小 雪 爸：15 排 26 到 32 号。

Father：Row 15, seat number 26 to 32.

xiǎo xuě mā nǐ kàn hái zi kàn diàn yǐng duō kāi xīn a xià ge zhōu mò zán men
小 雪 妈：你 看 孩 子 看 电 影 多 开 心 啊，下 个 周 末 咱 们

zài dài tā qù tīng yīn yuè huì ba
再 带 她 去 听 音 乐 会 吧?

Mother：Look how happy these children are to watch a movie. Let's take her
to a concert next week, shall we?

xiǎo xuě bà chéng
小 雪 爸：成 。

Father：OK.

词汇 Vocabulary

忘 wàng
forget

大声 dà shēng
loud; loudly

堵车 dǔ chē
traffic jam

说话 shuō huà
speak

广告 guǎng gào
ad, advertisement

排 pái
row

急 jí
anxious, hurried

号 hào
number

赶快 gǎn kuài
hurry

相关用语 Relevant Expressions

纪录片
jì lù piàn / documentary

言情片
yán qíng piàn / romantic movie

动画片
dòng huà piàn / cartoon

动作片
dòng zuò piàn / action movie

歌舞片
gē wǔ piàn / musical movie

宽银幕
kuān yín mù / widescreen

语言文化小贴士
Language Tips

bù hǎo yì si
不 好 意 思

经常用于口语中，比如在麻烦对方时，或者做了对不起对方的事情时，就可以说"不好意思"，其道歉的程度比"对不起"要稍微轻一些。还有就是在受到表扬或者夸奖后，自己害羞了，也可以说"不好意思"。

This literally means "embarrassed", used in spoken Chinese for social situations. If you make a physical mistake such as treading on somebody's toes, you would probably say "sorry(duì bu qǐ)". If you are late for a meeting then it is more appropriate to use "bù hǎo yì si".

不好意思，我的外衣落这儿了。

Leisure Talk

● 练习 Exercises

1. 选择最合适的词汇或者短语填空。 Choose the right words or phrases to fill in the blanks.

1) 小李着急地问他女朋友："你 _____ 同意不同意嫁给我啊？"
   a.到底　　　　b.开始

2) "这个动画片非常好看,小朋友们都非常 _____。"
   a. 喜欢　　　　b.乐趣　　　　c.享受

3) 他家里出了点事情,所以这两天他很不 _____。
   a.伤心　　　　b 开心　　　　c.闹心

4) 离比赛结束还有五分钟,我们队还 _____ 再进一两个球。
   a.来得及　　　b.准备好　　　c.知道

2. 把句子补充完整。 Complete sentences below.

　　我迟到了,因为路上 ____。还好,电影刚开始放 _____ 片。女朋友说:"告诉你 _____ 别迟到,你怎么还是迟到了。"我觉得很不好意思,于是拿出了我给她买的 _____,让她边看边吃。

Having Snacks

吃小吃

UNIT 5

● 必备用语 Key Expressions

dài tā men zài běi jīng dào chù zhuàn
带他们在北京到处转

zhuan
转。

Show them around Beijing.

wǒ de yīng yǔ méi yǒu nǐ de hǎo
我的英语没有你的好。

My English is not as good as yours.

wǒ yě shì zhè me xiǎng de
我也是这么想的。

I thought that too.

dài nǐ men qù pǐn cháng yí xià
带你们去品尝一下

take you to try

běi jīng de tè sè xiǎo chī
北京的特色小吃

Beijing local snacks

wǒ méi xiǎng dào
我没想到。

I didn't expect.

wǒ dōu děng bu jí le
我都等不及了。

I can't wait.

yǎn huā liáo luàn
眼花缭乱

dazzling

màn màn chī bié zháo jí
慢慢吃，别着急。

Enjoy the food and take your time.

bái lái
白来

go somewhere in vain

● 情景对话 Situational Dialogues

1. 商量陪外国朋友 Discussing to Accompany Foreign Friends
(Zhang Lan and Li Gang are discussing to accompany foreign friends at the weekend.)

张 兰：我 们 公 司来了几 个 美 国客户，老板 问 我 周 末

有 空 没 有，带他们在北 京 到 处 转 转，让

他 们 了 解 一 下 中 国 文 化。

Zhang Lan: Several American clients have come to our company and my boss has asked me whether I have time this weekend to show them around Beijing and help them to understand Chinese culture.

李 刚：用 我 陪 你 吗？

Li Gang: Should I go with you?

张 兰：用 啊，你 也 知 道 我 的 英 语 没 有 你 的 好，再 说

人 家 都 是 夫 妇 一 起 来 的，也 希 望 我 们 一 起 去。而且

人 家 说 了，如 果 方 便 的 话，最 好 能 和 一 个

中 国 家 庭 一 起 游 玩，他 们 也 带 着 孩 子 呢。

Zhang Lan: Of course. You know that my English is not as good as yours and they are a family. They hope we can go with them. Also they said, if possible, they'd like to stroll around with a Chinese family. They came with their children.

李 刚：那 正 好 咱 们 也 带 上 小 雪，让 她 和 外 国 小

朋 友 练 习 练 习 英 语 口 语。

Li Gang: Well in that case, we can take Xiao Xue and let her practice English with the foreign children.

zhāng lán wǒ yě shì zhè me xiǎng de dàn shì wǒ pà nǐ zhōu mò méi shí jiān suǒ
张 兰：我 也 是 这 么 想 的，但 是 我 怕 你 周 末 没 时 间，所

yǐ tóur wèn wǒ de shí hou wǒ shuō xiān wèn wen nǐ zài shuō
以 头 儿 问 我 的 时 候 我 说 先 问 问 你 再 说。

Zhang Lan：I thought that too, but I was worried that you wouldn't have time
at the weekend, so when my boss asked me, I told him I would
ask you first.

lǐ gāng wǒ qù wèn wen xiǎo xuě tā lè yì bu lè yì duì xiǎo xuě xiǎo xuě
李 刚：我 去 问 问 小 雪 她 乐 意 不 乐 意。(对 小 雪) 小 雪，

zhōu mò hé bà ba mā ma yì qǐ gēn měi guó péng you chū qu wán hǎo bu
周 末 和 爸 爸 妈 妈 一 起 跟 美 国 朋 友 出 去 玩 好 不

hǎo zán men yì tóng qù cháng chéng rán hòu chī běi jīng xiǎo chī nǐ
好？咱 们 一 同 去 长 城，然 后 吃 北 京 小 吃，你

gāo xìng bu gāo xìng
高 兴 不 高 兴？

Li Gang：I'll go and ask Xiao Xue whether she would like to go or not. (to
Xiao Xue) Xiao Xue, would you like to go out with mom and dad
and some American friends at the weekend? We'll go to the Great
Wall together and then eat some Beijing snacks. Are you happy
with that?

xiǎo xuě dāng rán gāo xìng le
小 雪：当 然 高 兴 了。

Xiao Xue：Of course, I am.

zhāng lán hǎo nà wǒ míng tiān hé tóur shuō qu bǎ zhè shìr dìng xià lai
张 兰：好，那 我 明 天 和 头 儿 说 去，把 这 事 儿 定 下 来。

Zhang Lan：Good. I'll tell my boss tomorrow, and settle everything.

lǐ gāng chéng wǒ yě zhǔn bei zhǔn bei
李 刚：成，我 也 准 备 准 备。

Li Gang：OK. I'll get things ready, too.

词汇 Vocabulary

公司 gōng sī company	**希望** xī wàng hope, wish
客户 kè hù client	**方便** fāng biàn convenient
到处转转 dào chù zhuàn zhuan show around	**家庭** jiā tíng family
了解 liǎo jiě understand, know	**练习** liàn xí exercise
文化 wén huà culture	**头儿** tóur boss
夫妇 fū fù married couple	**乐意** lè yì be happy to, be willing to

2. 吃北京小吃 Eating Beijing Snacks

(Xiao Xue goes with her parents to accompany foreign friends Jack, his wife Rose and their child Ruby in the downtown after climbing the Great Wall.)

zhāng lán　pá wán cháng chéng　hái zhēn yǒu xiē lèi le　xiàn zài　wǒ dài nǐ
张 兰：爬 完 长 城 ，还 真 有 些 累 了。现 在 ，我 带 你

men qù pǐn cháng yí xià běi jīng de tè sè xiǎo chī ba
们 去 品 尝 一 下 北 京 的 特 色 小 吃 吧。

Zhang Lan: After climbing the Great Wall I really feel tired. Now I'll take
you to try some typical Beijing snacks.

jié kè　dōu yǒu shén me a
杰克：都 有 什 么 啊？

Jack: What are they?

lǐ gāng   yǒu ài wō wo   lǘ dǎ gǔn   wān dòu huáng   āi   duō le qù le
李 刚：有 艾窝窝、驴打滚、豌 豆 黄 …… 哎，多 了 去 了。

yǒu hěn duō xiǎo chī shì guò qù huáng shang chī de   yě yǒu bù shǎo
有 很 多 小 吃 是 过 去 皇 上 吃 的，也 有 不 少

lái zì mín jiān
来 自 民 间。

Li Gang: There are little steamed cakes with a sweet filling, "rolling donkey" pastry, pea flour cake... Well, there are a lot. Many are what the emperors used to eat and some of them came from the ordinary people.

luó sī   tài hǎo le   wǒ zuì xǐ huan chī diǎn xin le   lái zhōng guó zhī qián jiù tīng
罗斯：太 好 了，我 最 喜 欢 吃 点 心 了。来 中 国 之 前 就 听

shuō zhōng guó de pēng rèn shì zuì bàng de
说 中 国 的 烹 饪 是 最 棒 的。

Rose: Great. I like to eat snacks the most. Before I came to China I heard that Chinese cooking was the best.

zhāng lán   zhēn méi xiǎng dào nǐ men de zhōng wén zhè me hǎo
张 兰：真 没 想 到 你 们 的 中 文 这 么 好。

Zhang Lan: I didn't expect your Chinese would be so good.

jié kè   wǒ men yì zhí dōu xiǎng dào zhōng guó lái gōng zuò   suǒ yǐ shàng dà
杰克：我 们 一 直 都 想 到 中 国 来 工 作，所 以 上 大

xué de shí hou wǒ men liǎng ge xué xí de wài yǔ dōu shì zhōng wén   bú
学 的 时 候 我 们 两 个 学 习 的 外 语 都 是 中 文。不

guò nǐ men de yīng wén yě hěn hǎo
过 你 们 的 英 文 也 很 好。

Jack: We've long been thinking of coming to China. So both of us chose Chinese as a foreign language when we were in college . However, your English is excellent, too.

lǐ gāng   zán men xiàn zài dǎ chē qù wáng fǔ jǐng xiǎo chī yì tiáo jiē   dào nàr
李 刚：咱 们 现 在 打 车 去 王 府 井 小 吃 一 条 街。到 那 儿，

Leisure Talk

wǒ gěi nǐ men yí ge yí ge de jiè shào yǒu míng de xiǎo chī
我 给 你 们 一个 一个 地 介 绍 有 名 的 小 吃。

Li Gang: Let's take a taxi now to a snack street in Wangfujing. I'll introduce

you to some famous snacks one by one.

jié kè hǎo a wǒ dōu è le nǐ è ma
杰克：好 啊，我 都 饿 了。你 饿 吗？

Jack: Good, I'm hungry already. Are you hungry?

lǔ bǐ wǒ bù jǐn è hái yǒu diǎn chán kuài qù ba wǒ dōu děng bu jí le
鲁比：我 不仅 饿，还 有 点 馋。快 去 吧，我 都 等 不及 了。

Ruby: I'm not only hungry but a bit greedy too. Let's go quickly, I can't

wait.

词汇 Vocabulary

爬 pá
climb

累 lèi
tired

品尝 pǐn cháng
try, taste

特色 tè sè
characteristic; typical

过去 guò qù
past

皇上 huáng shang
emperor

民间 mín jiān
folk

点心 diǎn xin
snack

烹饪 pēng rèn
cooking

棒 bàng
great

大学 dà xué
college

介绍 jiè shào
recommend, introduce

饿 è
hungry

馋 chán
greedy for food

3. 小吃店里　At the Snack Bar

zhāng lán　zhè ge cài dān shang yǒu zhào piàn　nǐ men kě yǐ kàn kan zì jǐ
张　兰：这 个 菜 单 上 有 照 片，你 们 可 以 看 看 自 己

　　xǐ huan de diǎn xin　rán hòu měi yàng diǎn yì xiē　zhēng qǔ duō
　　喜 欢 的 点 心，然 后 每 样 点 一 些，争 取 多

　　chī diǎn
　　吃 点 。

Zhang Lan：This menu has pictures so you can find the ones you like, then
　　　　　　we'll order some of each and try to eat a lot.

jié kè　kàn de wǒ dōu yǎn huā liáo luàn le　zhāng lán　nǐ néng tuī jiàn shén
杰克：看 得 我 都 眼 花 缭 乱 了。张 兰，你 能 推 荐 什

　　me ma
　　么 吗？

Jack：I'm dazzled just looking at them all. Zhang Lan, what would you
　　　　recommend?

zhāng lán　wǒ bù xíng　wǒ ài rén zuì zài háng　tā zuì ài chī le
张　兰：我 不 行，我 爱 人 最 在 行。他 最 爱 吃 了。

Zhang Lan：I can't but my husband is good at that. He loves to eat.

lǐ gāng　yì diǎn bù jiǎ　wǒ jiàn yì nǐ cháng chang lǎo běi jīng de miàn chá　yún
李 刚：一 点 不 假。我 建 议 你 尝 尝 老 北 京 的 面 茶，芸

　　dòu juǎn hé wān dòu huáng　hái yǒu lǎo běi jīng de gōng tíng nǎi lào　gū
　　豆 卷 和 豌 豆 黄 ，还 有 老 北 京 的 宫 廷 奶 酪，估

　　jì hé nǐ men guó jiā de nǎi lào wèi dào shì bù yí yàng de
　　计 和 你 们 国 家 的 奶 酪 味 道 是 不 一 样 的。

Li Gang：It's true. I suggest you try the seasoned millet porridge, kidney
　　　　　bean roll and pea flour cake of old Beijing, also the palace cheese.
　　　　　I guess it won't taste the same as the cheese of your country.

luó sī　wǒ hái xiǎng cháng chang zhè ge　zhè ge jiào shén me
罗斯：我 还 想 尝 尝 这 个，这 个 叫 什 么？

Rose：I'd also like to try this. What's it called?

zhāng lán　　zhè ge jiào shāo mài　shì yòng miàn fěn bāo zhe ròu ya cài ya shén me
张　兰：这个　叫　烧　卖，是　用　面　粉　包　着肉呀菜呀什么

　　　　de　zhēng shóu de
　　　　的，蒸　　熟　的。

Zhang Lan：It's called "shao mai", a steamed dumpling with dough frilled at
　　　　　the top and meat or vegetables wrapped inside.

luó sī　　nà wǒ yào yí ge zhè ge　kàn zhe hěn piào liang　hěn hǎo chī de yàng zi
罗斯：那我要一个这个，看　着很　漂　亮　、很　好　吃　的　样　子。

Rose：Well, I want one. It looks so pretty and delicious.

jié kè　　nà wǒ yào yún dòu juǎn　wān dòu huáng　gōng tíng nǎi lào　hái yǒu yí
杰克：那我要芸豆　卷　、豌　豆　黄　、宫　廷　奶　酪，还　有　一

　　　　dà wǎn zhá jiàng miàn
　　　　大碗炸酱　面。

Jack：Well, I want a kidney bean roll, a pea flour cake, the palace cheese and
　　　　a big bowl of noodles with fried bean sauce.

lǐ gāng　　nà xiǎo lǔ bǐ　chī shén me ne
李　刚：那小鲁比吃什么呢？

Li Gang：What will little Ruby eat?

lǔ bǐ　　wǒ bù zhī dào　qǐng nǐ bāng wǒ diǎn ba
鲁比：我不知道，请你帮我点吧。

Ruby：I don't know. Please order for me.

lǐ gāng　　gěi nǐ yě yào ge gōng tíng nǎi lào　zài jiā shàng sà qí mǎ hé zhá jiàng
李　刚：给你也要个宫　廷　奶　酪，再加　上　萨琪玛和炸酱

　　　　miàn ba
　　　　面　吧。

Li Gang：I'll order the palace cheese for you plus a candied fritter and
　　　　　Beijing noodles with fried bean sauce.

zhāng lán　　dà jiā màn màn chī　bié zháo jí　bú gòu le zán men kě yǐ zài yào　rú
张　兰：大家慢　慢　吃，别着急，不够了咱们可以再要。如

　　　　guǒ pèng shàng zì jǐ shí zài bú ài chī de　jiù bú yào miǎn qiǎng a
　　　　果碰　上　自己实在不爱吃的，就不要勉　强　啊。

Zhang Lan： Everyone enjoy yourself and no rush. If there's not enough we can order more. If you don't like something then don't force yourself to eat it .

jié kè bú ài chī wǒ yě yào chī fǒu zé bú shì bái lái le ma
杰克：不爱吃我也要吃，否则不是白来了吗？

Jack： I'll eat even if I don't like it, otherwise it's been a wasted journey.

dà jiā hā ha ha
大家：哈哈哈。

All： Ha, ha, ha.

词汇 Vocabulary

菜单 cài dān
menu

照片 zhào piàn
photo

争取 zhēng qǔ
struggle for

眼花缭乱 yǎn huā liáo luàn
dazzle; daze

推荐 tuī jiàn
recommend

在行 zài háng
be expert at, be good at

建议 jiàn yì
suggest

尝 cháng
try

宫廷 gōng tíng
palace

国家 guó jiā
country

奶酪 nǎi lào
cheese

味道 wèi dào
taste

蒸熟 zhēng shóu
steamed

碰上 pèng shàng
run into, meet

漂亮 piào liang
beautiful, pretty

勉强 miǎn qiǎng
reluctance; force

相关用语 Relevant Expressions

小吃店
xiǎo chī diàn / snack bar

甜的
tián de / sweet

咸的
xián de / salty

香的
xiāng de / sweet-smelling

吃饱了
chī bǎo le / be full; have enough

吃撑了
chī chēng le / be full

难吃
nán chī / taste bad

吃不下了
chī bú xià le / can't eat anymore; be full

语言文化小贴士 Language Tips

tóur

头 儿

这是对领导的口语化称呼，"头"的原意是指脑袋，引申为领导者，上司。

This is a colloquial address for a leader. The original meaning of the word "tóur" is head, and here it extends to mean leader or boss.

头儿，您找我有事儿？

● 练习 Exercises

选择最合适的词汇或者短语填空。 Choose the right words or phrases to fill in the blanks.

1) 如果你真的想让自己的公司成功的话,你就必须重视你的 _____ 的需求。

   a. 客户　　　b.来客　　　c. 请客

2) 不同的国家地区有不同的 _____ 背景。

   a. 学历　　　b.文化　　　c.知识

3) 这个厨师非常有名,他的 _____ 技术非常好。

   a. 演讲　　　b 烹饪　　　c.计算机

4) A：这家餐厅的服务不错吧?

   B：那当然,你 _____ 的还能有错?

   a.推荐　　　b.准备　　　c.品尝

5）这菜看样子很 _____ ,我真想尝尝。

   a. 好吃　　　b. 贵　　　c. 便宜

6）中国的 _____ 小吃很有特色,不尝尝太可惜了。

   a.民间　　　b.人民

逛街购物
Shopping

UNIT 6

● 必备用语 Key Expressions

bāng tā tiāo yí jiàn
帮 她 挑 一 件
help her choose something

tā tiāo de zhǔn méi cuò
她 挑 的 准 没 错。
What she chooses will do.

zhè jiàn yī fu zěn me yàng
这 件 衣 服 怎 么 样?
What do you think of this item of clothing?

hěn shì hé nín
很 适 合 您。
It suits you.

shì yí xià
试 一 下
try it on

yǒu diǎn guì
有 点 贵。
It's a bit expensive.

dǎ chē
打 车
take a taxi

wǒ lèi le tuǐ dōu yǒu diǎn suān le
我 累 了,腿 都 有 点 酸 了。
I'm tired and my legs are sore.

néng shuā kǎ ma
能 刷 卡 吗?
Can I use a credit card?

zhè shì nín de shōu jù
这 是 您 的 收 据。
This is your receipt.

● 情景对话 Situational Dialogues

1. 准备过节 Getting Ready for a Festival

xiǎo xuě mā   kuài dào chūn jié le   zhōu mò nǐ péi wǒ yì qǐ qù mǎi nián huò
小 雪 妈:快 到 春 节 了,周 末 你 陪 我 一 起 去 买 年 货

xíng ma
行 吗?

Mother:The Spring Festival is coming. Would you go with me to buysome-

58

thing for the festival at the weekend?

xiǎo xuě bà zhēn bú còu qiǎo zhōu mò wǒ zhèng hǎo yǒu ge huì yì ràng mā péi
小 雪 爸：真 不 凑 巧 ，周 末 我 正 好 有 个 会 议。让 妈 陪
　　　 nǐ qù ba
　　　 你 去 吧。

Father：Oh, unfortunately I'll have a meeting at the weekend. Why don't you
　　　 go with my mother?

xiǎo xuě mā yě chéng
小 雪 妈：也 成 。

Mother：OK.

xiǎo xuě bà tā guò jié yào qù chuàn qīn qi nǐ shùn biàn yě bāng tā mǎi xiē sòng
小 雪 爸：她 过 节 要 去 串 亲 戚，你 顺 便 也 帮 她 买 些 送
　　　 rén de lǐ wù
　　　 人 的 礼 物。

Father：She will visit her relatives during the festival. You can also help her
　　　 buy some gifts for them.

xiǎo xuě mā wǒ shì fǒu yīng gāi gěi bà mā mǎi diǎn yī fu ya guò jié le gěi tā
小 雪 妈：我 是 否 应 该 给 爸 妈 买 点 衣 服 呀？过 节 了，给 他
　　　 men mǎi liǎng jiàn xīn yī fu yě ràng tā men gāo xìng gāo xìng
　　　 们 买 两 件 新 衣 服，也 让 他 们 高 兴 高 兴 。

Mother：Shall I buy some clothes for mom and dad? The festival is coming,
　　　 let's buy them each some new clothes to make them happy.

xiǎo xuě bà mā zǎo jiù xiǎng yào jiàn yáng máo shān le kě zì jǐ zǒng shě bu de
小 雪 爸：妈 早 就 想 要 件 羊 毛 衫 了，可 自 己 总 舍 不 得
　　　 mǎi zhè cì qù zhèng hǎo nǐ bāng tā tiāo yí jiàn
　　　 买 ，这 次 去 正 好 你 帮 她 挑 一 件。

Father：Mom wanted to buy a woolen sweater before but she never wants to
　　　 spend money. It's high time to help her choose one this time.

xiǎo xuě mā nà gěi zán bà mǎi shén me yī fu a
小 雪 妈：那 给 咱 爸 买 什 么 衣 服 啊？

Mother：What clothes should I buy for dad?

xiǎo xuě bà   nǐ wèn wen mā de yì jiàn ba   zán bà shén me dōu tīng tā de   tā tiāo
小 雪 爸：你 问 问 妈 的 意 见 吧，咱 爸 什 么 都 听 她 的，她 挑

　　　　 de zhǔn méi cuò
　　　　 的 准 没 错。

Father：You can ask mother for her advice, dad listens to whatever she says.

　　　　 What she chooses will do.

xiǎo xuě   mā ma   nǐ néng dài wǒ qù ma   wǒ yě xiǎng yào jiàn xīn yī fu
小 雪：妈 妈，你 能 带 我 去 吗？我 也 想 要 件 新 衣 服。

Xiao Xue：Mom, can you take me with you? I want to buy new clothes, too.

xiǎo xuě mā   xíng   mā ma yě dài nǐ qù   gěi nǐ mǎi jiàn yǔ róng fú   hǎo bu hǎo
小 雪 妈：行，妈 妈 也 带 你 去，给 你 买 件 羽 绒 服，好 不 好？

Mother：Sure. I'll take you too and buy you a down-padded coat, OK?

xiǎo xuě   hǎo a   wǒ xǐ huan huáng sè de
小 雪：好 啊，我 喜 欢 黄 色 的。

Xiao Xue：Good. I'd like a yellow one.

xiǎo xuě mā   nà zhōu liù zán men hé nǎi nai yì qǐ qù mǎi dōng xi   hǎo ba
小 雪 妈：那 周 六 咱 们 和 奶 奶 一 起 去 买 东 西，好 吧？

Mother：Let's go shopping on Saturday with grandma, shall we?

xiǎo xuě   hǎo de   wǒ zhè jiù gào su nǎi nai qu
小 雪：好 的，我 这 就 告 诉 奶 奶 去。

Xiao Xue：Fine. I'll tell grandma right away.

词汇 Vocabulary

春节 chūn jié
the Spring Festival

年货 nián huò
special purchases for the Spring Festival

不凑巧 bú còu qiǎo
unfortunately, unluckily

串亲戚 chuàn qīn qi
visit one's relatives

礼物 lǐ wù
present, gift

衣服 yī fu
clothes

过节 guò jié
celebrate a festival; festival

羊毛衫 yáng máo shān
woolen sweater

舍不得 shě bu de
cannot bear to

挑 tiāo
pick, choose

羽绒服 yǔ róng fú
down–padded coat

黄色的 huáng sè de
yellow

2. 在超市 At the Supermarket

xiǎo xuě mā　mā　zán men jīn tiān qù nǎr
小 雪 妈 : 妈 , 咱 们 今 天 去 哪 儿?

Mother: Mom, where shall we go today?

xiǎo xuě nǎi nai　qù nǎr　dōu xíng
小 雪 奶 奶 : 去 哪 儿 都 行 。

Grandma: Anywhere will do.

xiǎo xuě mā　zán men qù wù měi chāo shì ba　mǎi wán le dōng xi kě yǐ zuò
小 雪 妈 : 咱 们 去 物 美 超 市 吧 , 买 完 了 东 西 可 以 坐

　　　　　nàr　de bān chē huí jiā
　　　　　那 儿 的 班 车 回 家 。

Mother: Let's go to Wumei Supermarket. After shopping, we can come
home by their shuttle bus.

xiǎo xuě nǎi nai　chéng　tīng nǐ de
小 雪 奶 奶 : 成 , 听 你 的 。

Grandma: Fine. It's up to you.

xiǎo xuě mā　xiǎo xuě　jì de zài chāo shì lǐ tou bié luàn pǎo　nà li rén duō　rú
小 雪 妈 : 小 雪 , 记 得 在 超 市 里 头 别 乱 跑 , 那 里 人 多 , 如

guǒ zǒu diū le jiù má fan le   nǐ yào chān zhe nǎi nai   shěng de bié

果 走 丢 了 就 麻 烦 了。你 要 搀 着 奶 奶， 省 得 别

rén zhuàng dào nǎi nai   zhī dào ma

人 撞 到 奶 奶，知 道 吗？

Mother：Xiao Xue, remember not to run around at the supermarket. There are
   too many people there. It's be too much trouble if you get lost. Hold
   grandma's arm in case others bump against her. Do you understand?

xiǎo xuě   zhī dào le

小 雪：知 道 了。

Xiao Xue：Yes, I do.

xiǎo xuě mā   mā   zán men xiān qù gěi nín hé bà mǎi yī fu   mǎi wán le yī fu zài

小 雪 妈：妈， 咱 们 先 去 给 您 和 爸 买 衣 服，买 完 了 衣 服 再

mǎi shí pǐn

买 食 品。

Mother：Mom, let's buy clothes for you and dad first, then buy some
   food after that.

xiǎo xuě nǎi nai   xíng   bié wàng le gěi wǒ men xiǎo xuě yě mǎi jiàn xīn yī fu a

小 雪 奶 奶：行。别 忘 了 给 我 们 小 雪 也 买 件 新 衣 服 啊。

Grandma：OK. Don't forget to buy some new clothes for Xiao Xue.

xiǎo xuě mā   wàng bu liǎo   xiān gěi nín hé bà tiāo   tā de yī fu ràng tā zì

小 雪 妈：忘 不 了， 先 给 您 和 爸 挑，她 的 衣 服 让 她 自

jǐ tiāo

己 挑 。

Mother：I won't. Choose something for you and dad first. Let her choose her
   own clothes.

xiǎo xuě   jīn tiān rén zhēn duō a   nǎi nai wǒ lǐng zhe nín   bié ràng rén jia

小 雪：今 天 人 真 多 啊。奶 奶 我 领 着 您，别 让 人 家

jǐ zhe nín

挤 着 您。

Xiao Xue：So many people today. Grandma, let me hold your hand so people
   can't jostle you.

xiǎo xuě nǎi nai xiǎo xuě zhēn guāi zhēn dǒng shì
小 雪 奶 奶：小 雪 真 乖，真 懂 事。

Grandma：How sweet and well-behaved Xiao Xue is.

xiǎo xuě mā zán men xiān qù lóu shàng mài yī fu de dì fang huí tóu zài dào xià
小 雪 妈：咱 们 先 去 楼 上 卖 衣 服 的 地 方，回 头 再 到 下

mian mǎi chī de
面 买 吃 的。

Mother：Let's go upstairs to the clothes section first and then buy some food

downstairs afterwards.

xiǎo xuě zhī dào le mā ma nǎi nai zǒu
小 雪：知 道 了，妈 妈。奶 奶，走。

Xiao Xue：OK, mom. Grandma, let's go.

(At the clothes section)

xiǎo xuě mā mā nín kàn zhè jiàn yī fu zěn me yàng yán sè bú cuò hěn shì
小 雪 妈：妈，您 看，这 件 衣 服 怎 么 样？颜 色 不 错，很 适

hé nín ya
合 您 呀。

Mother：Look mom, what do you think of this one? The color is not bad, and

it suits you.

xiǎo xuě nǎi nai wǒ shì yí xià bú cuò wǒ yě tǐng xǐ huan jiù shì yǒu diǎn guì
小 雪 奶 奶：我 试 一 下。不 错，我 也 挺 喜 欢 。就 是 有 点 贵。

Grandma：Let me try it on. Not bad, I like it too but it's a bit expensive.

xiǎo xuě mā hāi xǐ huan jiù mǎi le ba jià qián yě bú shì hěn guì zài shuō le
小 雪 妈：咳，喜 欢 就 买 了 吧，价 钱 也 不 是 很 贵。再 说 了，

guò nián ma tú de jiù shì gāo xìng a
过 年 嘛，图 的 就 是 高 兴 啊。

Mother：Well, buy it if you like it, it's not too expensive. Also it's a festive

occasion we buy things to please ourselves.

nǎi nai nà jiù mǎi le ba
奶 奶：那就 买 了 吧。

Grandma：Then I'll take it.

词汇 Vocabulary

超市 chāo shì
supermarket

班车 bān chē
shuttle bus, regular bus

记得 jì de
remember

丢了 diū le
lose; get lost

麻烦 má fan
trouble, hassle

搀 chān
support with one's hand

撞 zhuàng
bump against, jostle, knock
down

食品 shí pǐn
food

挤 jǐ
jostle, push, crowd

懂事 dǒng shì
sensible

楼上 lóu shàng
upstairs

卖 mài
sell

颜色 yán sè
color

适合 shì hé
suit, fit

贵 guì
expensive

图 tú
seek, pursue

3. 结账 Paying

xiǎo xuě nǎi nai zán men mǎi de dōng xi gòu duō de le bié zài mǎi le dōu kuài
小 雪 奶 奶：咱 们 买 的 东 西 够 多 的 了，别 再 买 了，都 快

ná bu dòng le
拿 不 动 了。

Grandma：We've bought more than enough, so don't buy anymore. It's

64

going to be too heavy to carry.

xiǎo xuě mā ǹg mǎi de chà bu duō le   gāi mǎi de dōu mǎi qí le   nà zán men jiù
小 雪 妈：嗯，买 得 差 不 多 了，该 买 的 都 买 齐 了。那 咱 们 就

qù jié zhàng ba   rán hòu dǎ chē huí jiā   shěng de tài lèi
去 结 账 吧，然 后 打 车 回 家，省 得 太 累。

Mother：Well, almost done. We have bought everything we want. Let's go
to pay. Then we'll take a taxi home in case we're too tired.

xiǎo xuě nǎi nǎi xiǎo xuě nǐ hái xiǎng yào shén me chī de ma
小 雪 奶 奶：小 雪，你 还 想 要 什 么 吃 的 吗？

Grandma：Xiao Xue, what else would you like to eat?

xiǎo xuě bú yào le   wǒ lèi le   tuǐ dōu yǒu diǎn suān le
小 雪：不 要 了，我 累 了，腿 都 有 点 酸 了。

Xiao Xue：Nothing, I'm tired and my legs are sore.

xiǎo xuě mā hēi   nǐ bú shì jīng cháng duàn liàn de ma   zěn me zhè me huìr jiù
小 雪 妈：嘿，你 不 是 经 常 锻 炼 的 嘛？怎 么 这 么 会 儿 就

lèi le
累 了？

Mother：Hey, don't you often take exercise? How come you get tired after
such a short time?

xiǎo xuě dà gài zuó tiān méi shuì hǎo ba
小 雪：大 概 昨 天 没 睡 好 吧。

Xiao Xue：Perhaps I didn't sleep well last night.

xiǎo xuě mā zǒu zán men qù shōu yín tái pái duì ba   mā nín dài zhe xiǎo xuě
小 雪 妈：走，咱 们 去 收 银 台 排 队 吧。妈，您 带 着 小 雪

xiān chū qu zài wài tou zuò zhe děng wǒ hǎo ma
先 出 去，在 外 头 坐 着 等 我 好 吗？

Mother：Come on, let's go to stand the line at the check-out counter. Mom,
would you take Xiao Xue and wait for me outside?

xiǎo xuě nǎi nai nà nǐ yí ge rén néng xíng ma
小 雪 奶 奶：那 你 一 个 人 能 行 吗？

Grandma：Can you manage it?

xiǎo xuě mā   méi wèn tí
小 雪 妈：没 问 题。

Mother：No problem.

shōu yín yuán   nín hǎo   yǒu huì yuán kǎ ma
收 银 员：您好，有 会 员 卡 吗？

Cashier Hello, do you have a membership card?

xiǎo xuě mā   méi yǒu
小 雪 妈：没 有 。

Mother：No.

shōu yín yuán   zhè ge shì nín de ma
收 银 员：这 个 是 您 的 吗？

Cashier Is this yours?

xiǎo xuě mā   shì
小 雪 妈：是。

Mother：Yes.

shōu yín yuán   yí gòng shì yì qiān èr bǎi liù shí yuán
收 银 员：一 共 是   1260   元 。

Cashier：All together 1,260 yuan.

xiǎo xuě mā   néng shuā kǎ ma
小 雪 妈：能 刷 卡 吗？

Mother：Can I use a credit card?

shōu yín yuán   néng   qǐng shāo děng   qǐng nín shū rù mì mǎ   qǐng nín zài
收 银 员：能 ，请 稍 等 。请 您 输 入 密 码 。请 您 在
            zhèr   qiān zì
            这 儿 签 字。

Cashier：Yes, one moment. Please input your password. Please sign here.

xiǎo xuě mā   hǎo   gěi
小 雪 妈：好 。给 。

Mother：OK. Here you are.

shōu yín yuán   xiè xie   zhè shì nín de shōu jù   huān yíng nín xià cì guāng lín
收 银 员：谢 谢 ，这 是 您 的 收 据 。欢 迎 您 下 次 光 临 。

Cashier：Thank you. This is your receipt. Please come again.

词汇 Vocabulary

结账 jié zhàng
pay, settle accounts

腿 tuǐ
leg

酸 suān
sore, sour

锻炼 duàn liàn
take exercise; exercise

大概 dà gài
perhaps, maybe

收银台 shōu yín tái
check-out counter

排队 pái duì
stand in a line

会员卡 huì yuán kǎ
membership card

刷卡 shuā kǎ
pay by credit card

输入 shū rù
input

密码 mì mǎ
code, password

签字 qiān zì
sign; signature

收据 shōu jù
receipt

光临 guāng lín
presence (of a guest, etc.)

相关用语 Relevant Expressions

服务台
fú wù tái / reception desk;
information desk

服务员
fú wù yuán / attendant

商场
shāng chǎng / marketplace, mall

专卖店
zhuān mài diàn / exclusive
agency, franchised store

入口
rù kǒu / entry

出口
chū kǒu / exit

购物车
gòu wù chē / shopping cart

购物筐
gòu wù kuāng / shopping basket

存包
cún bāo / leave (keep)
one's bag in

货架
huò jià / store shelf

标价
biāo jià / marked price

打折
dǎ zhé / discount

语言文化小贴士
Language Tips

chuàn qīn qi
串 亲戚

指到亲戚家看望。一般逢年过节，中国人都喜欢去亲戚家看望，相互问候一下，联络一下感情。平时由于工作忙，人们很少相互看望。

This refers to going to visit one's relatives. On festive occasions Chinese people usually like to pay calls on their relatives to deepen their relationships, while in ordinary times it's hard to do so because of a busy schedule.

● 练习 **Exercises**

选择最合适的词汇或者短语填空。 Choose the right words or phrases to fill in the blanks.

1. 你要买什么？正好我去菜市场，顺便帮你买了，____ 你再跑一趟。

   a.省得   b.闲得   c.吃的

2. 这是您的 _____。欢迎您下次光临。

   a. 收条   b. 收据   c.收入

3. 他妈妈非常节省，总是 _____ 给自己买些好衣服。

   a.不愿意   b 愿意   c.舍不得

4. 您好，如果对我们有什么 _____ 和建议的话，请打我们的热线电话。

   a.意见   b.影响   c.抱怨

5. 你带着孩子出去等我吧，我自己去收银台 _____。

   a.结账   b.结束   c.结果

6. 你这个人，怎么买东西不 ____ 啊？

   a.排队   b.洗手   c.预约

Visiting a Museum

● 必备用语 Key Expressions

nǐ xiǎng qù nǎ ge bó wù guǎn
你 想 去 哪 个 博 物 馆 ？

Which museum would you like to go to?

yǒu shén me bó wù guǎn
有 什 么 博 物 馆 ？

What kinds of museums are there?

shàng wǎng chá cha kàn
上 网 查 查 看

surf the Internet and see

zhè li shén me bó wù guǎn dōu yǒu
这 里 什 么 博 物 馆 都 有 。

There are lots of museums here.

yǒu guān yú bó wù guǎn de jiè shào ma
有 关 于 博 物 馆 的 介 绍 吗 ？

Is there an introduction to the museum?

piào mǎi hǎo le
票 买 好 了 。

I've bought the tickets.

qǐng wù pāi zhào
请 勿 拍 照 。

No photos.

gěi wǒ jiǎng jiang dōu kàn dào le shén me
给 我 讲 讲 都 看 到 了 什 么 ？

Tell us what you have seen.

yǒu shí jiān wǒ zài kàn
有 时 间 我 再 看 。

I'll look at them when I have time.

nǐ xiān máng nǐ de shì ba
你 先 忙 你 的 事 吧 。

Go and do your things first.

● 情景对话 Situational Dialogues

1. 放暑假了 Having a Summer Vacation

xiǎo xuě bà ba mā ma wǒ men míng tiān zhèng shì fàng shǔ jià le
小 雪 : 爸 爸 , 妈 妈 , 我 们 明 天 正 式 放 暑 假 了 。

Xiao Xue : Dad, mom, our summer vacation will start tomorrow.

xiǎo xuě mā zhè ge xué qī guò de kě zhēn kuài a
小 雪 妈：这 个 学 期 过 得 可 真 快 啊。

Mother: This semester has gone by so quickly.

xiǎo xuě bà fàng jià le nǐ xiǎng qù nǎr wán wan a
小 雪 爸：放 假 了，你 想 去 哪儿 玩 玩 啊？

Father: The vacation's started. Where would you like to go?

xiǎo xuě nǐ men shàng cì bú shì shuō dài wǒ qù bó wù guǎn ma
小 雪：你们 上 次 不 是 说 带 我 去 博 物 馆 吗？

Xiao Xue: Didn't you say last time you would take me to a museum?

xiǎo xuě mā gào su wǒ nǐ xiǎng qù nǎ ge bó wù guǎn a
小 雪 妈：告 诉 我，你 想 去 哪个 博 物 馆 啊？

Mother: Tell me which museum you would like to go?

xiǎo xuě wǒ yě bù zhī dào dōu yǒu shén me bó wù guǎn ya
小 雪：我 也 不 知 道。都 有 什 么 博 物 馆 呀？

Xiao Xue: I have no idea. What kinds of museums are there?

xiǎo xuě mā nà kě jiù duō le xiàng dì zhì kē jì zì rán dòng wù tiān wén
小 雪 妈：那 可 就 多 了，像 地 质、科 技、自 然、动 物、天 文、

　　　　　mín sú jūn shì děng děng fǎn zhèng zhè li shén me bó wù guǎn
　　　　　民 俗、军 事 等 等。反 正 这 里 什 么 博 物 馆

　　　　　dōu yǒu nǐ tiāo ba
　　　　　都 有。你 挑 吧。

Mother: There are a lot: geology, science and technology, natural history,
　　　　　zoology, astronomy, folk customs and the military museum.
　　　　　Anyway, there are lots of museums here. You choose.

xiǎo xuě wǒ xiǎng qù dì zhì bó wù guǎn kàn bǎo shí qù zì rán bó wù guǎn kàn
小 雪：我 想 去 地 质 博 物 馆 看 宝 石，去 自 然 博 物 馆 看

　　　　kǒng lóng qù tiān wén guǎn kàn xīng xing hái xiǎng qù   mín sú
　　　　恐 龙，去 天 文 馆 看 星 星，还 想 去……民 俗

　　　　bó wù guǎn
　　　　博 物 馆。

Xiao Xue: I'd like to go to the geological museum to see the precious stones, to the natural history museum to see dinosaurs, to the astronomical museum to see the stars, and to... the folk custom museum too.

xiǎo xué bà lǎo tiān yé zhè me duō a
小 雪爸：老 天爷，这 么 多 啊。

Father：My goodness, so many.

xiǎo xué shì a tè bié shì mín sú bó wù guǎn yīn wèi wǒ men yǒu yí kè shì
小 雪 ：是 啊，特 别 是 民 俗 博 物 馆 ，因 为 我 们 有 一 课 是

guān yú lǎo běi jīng wén huà de lǎo shī shuō nà ge bó wù guǎn lǐ tou
关 于 老 北 京 文 化 的。老 师 说 ，那 个 博 物 馆 里头

yǒu hěn duō lǎo běi jīng de yì shù pǐn na
有 很 多 老 北 京 的 艺 术 品 哪。

Xiao Xue：Yes, especially the folk custom museum because an article in our textbook is about the culture of old Beijing. The teacher said there were a lot of artworks of old Beijing in that museum.

xiǎo xué bà kě shì píng shí bà ba mā ma yào shàng bān rú guǒ ràng bà ba mā ma
小 雪爸：可 是 平 时 爸 爸 妈 妈 要 上 班，如 果 让 爸 爸 妈 妈

péi nǐ qù de huà jiù zhǐ néng zhōu mò qù
陪 你 去 的 话 ，就 只 能 周 末 去。

Father：But we have to work on weekdays. If you want us to go with you, we have to go there on weekends.

xiǎo xué nà píng shí wǒ néng hé tóng xué yì qǐ qù ma
小 雪 ：那 平 时 我 能 和 同 学 一 起 去 吗？

Xiao Xue：Then on weekdays can I go with my classmates?

xiǎo xué bà kě yǐ ya rú guǒ nǐ xiǎng hé tóng xué men yì qǐ qù de huà jiù shì
小 雪爸：可 以 呀，如 果 你 想 和 同 学 们 一 起 去 的 话，就 事

xiāng gào su wǒ men yí xià bú guò qiān wàn yào zhù yì ān quán
先 告 诉 我 们 一 下。不 过 ，千 万 要 注 意 安 全 。

Father：Of course, you'd better tell us beforehand if you want to go with your classmates and you must be careful.

xiǎo xuě nà zán men zhōu mò yì qǐ qù dì zhì bó wù guǎn ba wǒ xià zhōu zài yuē
小 雪：那 咱 们 周 末 一起 去 地 质 博 物 馆 吧，我 下 周 再 约
tóng xué qù mín sú bó wù guǎn chéng ma
同 学 去 民 俗 博 物 馆 ， 成 吗?

Xiao Xue: Well, let's go to the geological museum at the weekend. I'll go to the folk custom museum with my classmates next week. Would that be alright?

xiǎo xuě mā chéng hái yǒu qù cān guān qián zuì hǎo néng tí qián kàn yì xiē
小 雪 妈：成 。还 有，去 参 观 前 最 好 能 提 前 看 一些
cān kǎo shū
参 考 书。

Mother: OK. And you'd better read some reference books before visiting.

xiǎo xuě yǒu guān yú bǎo shí de jiè shào ma wǒ xiǎng nà li yīng gāi yǒu zhè
小 雪：有 关 于 宝 石 的 介 绍 吗?我 想 那 里 应 该 有 这
fāng miàn de jiè shào ba
方 面 的 介 绍 吧?

Xiao Xue: Will there be any introductions to precious stones? I think there must be some information about them there.

xiǎo xuě mā kě néng nǐ yě kě yǐ shàng wǎng chá cha kàn guān yú mín sú de
小 雪 妈：可 能 。你 也 可 以 上 网 查 查 看 。关 于 民 俗 的，
nǐ kě yǐ qù wèn yé ye tā kě shì lǎo běi jīng le
你 可 以 去 问 爷 爷，他 可 是 老 北 京 了。

Mother: Perhaps. You can also surf the Internet to see. As for folk customs, you can go ask your grandpa. He is an old Beijing citizen.

xiǎo xuě zhēn de wǒ men kè wén li jiǎng dào le ní rén hé táng rén hái yǒu
小 雪：真 的?我 们 课 文 里 讲 到 了 泥 人 和 糖 人，还 有
tùr yé yé ye dōu zhī dào ma
兔 儿 爷，爷 爷 都 知 道 吗?

Xiao Xue: Really? Our textbook mentions clay figurines and sugar figurines, as well as clay toy rabbits. Does grandpa know about all of them?

xiǎo xuě bà　nà hái yòng shuō　　yé ye xiǎo shí hou zhè xiē dōng xi tā dōu jiàn
小　雪 爸：那 还 用　说，爷 爷 小　时　候 这 些 东　西 他 都 见

　　　　　guo　hái wán guo ne
　　　　　过，还 玩　过 呢。

Father：Of course. You grandpa saw them when he was a little boy, he used
　　　　to play with them.

xiǎo xuě　wā sāi　tài hǎo le　wǒ zhè jiù qù wèn tā
小　雪：哇 塞，太 好 了。我 这 就 去 问 他。

Xiao Xue：Wow, excellent. I'll ask him right now.

词汇 Vocabulary

正式　zhèng shì
formal

暑假　shǔ jià
summer vacation

学期　xué qī
semester

放假　fàng jià
take a holiday

博物馆　bó wù guǎn
museum

地质　dì zhì
geology

科技　kē jì
science and technology

自然　zì rán
nature; natural

动物　dòng wù
animal

天文　tiān wén
astronomy

民俗　mín sú
folk custom

军事　jūn shì
military

宝石　bǎo shí
precious stone

恐龙　kǒng lóng
dinosaur

文化　wén huà
culture

艺术品　yì shù pǐn
artwork

平时　píng shí
normally, weekdays

注意　zhù yì
pay attention to

安全 ān quán
safety

上网 shàng wǎng
surf the Internet

提前 tí qián
ahead of time, in advance

课文 kè wén
text

参考书 cān kǎo shū
reference book

2. 地质博物馆 Geological Museum

xiǎo xuě mā xiǎo xuě jīn tiān zán men qù dì zhì bó wù guǎn kuài diǎn chī zǎo
小 雪妈：小 雪，今天 咱 们 去 地质博物 馆 ，快 点 吃 早

diǎn chī wán le zán men jiù chū fā
点 。吃 完 了，咱 们 就 出 发。

Mother：Xiao Xue, we'll go to visit the Geological Museum today. Come and have your breakfast. After that we'll go.

xiǎo xuě zhī dào le wǒ yǐ jīng zhǔn bèi hǎo wǒ de shù mǎ xiàng jī le
小 雪：知道了，我 已经 准 备 好 我 的 数 码 相 机了。

Xiao Xue：OK. I've already had my digital camera ready.

xiǎo xuě mā duō shù bó wù guǎn dōu xiě zhe qǐng wù pāi zhào rú guǒ bó wù
小 雪妈：多 数 博物 馆 都 写着 " 请 勿 拍 照 "。如果 博物

guǎn gōng zuò rén yuán bú ràng zhào xiàng de huà jiù bié zhào
馆 工 作 人 员 不 让 照 相 的 话，就别 照 。

Mother：Most museums have a sign "No photos". Don't take photos if the museum staff doesn't allow you to take pictures.

xiǎo xuě zhī dào le
小 雪：知道了。

Xiao Xue：I know.

xiǎo xuě mā dì zhì bó wù guǎn dào le xiǎo xuě nǐ kàn jiàn le ma mén kǒu yǒu
小 雪妈：地质博物 馆 到 了，小 雪你 看 见 了吗？门 口 有

guān yú bó wù guǎn de jiè shào　nǐ hé bà ba xiān qù kàn kan　wǒ qù
关 于 博 物 馆 的 介 绍，你 和 爸 爸 先 去 看 看，我 去

gěi nǐ men mǎi piào
给 你 们 买 票。

Mother：Here we are at the Geological Museum. Xiao Xue, can you see?
There is an introduction to the museum at the gate. Go and read it
with your father. I'll go and buy tickets.

xiǎo xuě　xíng
小 雪：行。

Xiao Xue：OK.

(At the ticket office)

xiǎo xuě mā　mǎi sān zhāng piào　yì zhāng xué shēng piào　liǎng zhāng chéng
小 雪 妈：买 三 张 票，一 张 学 生 票，两 张 成

rén piào
人 票。

Mother：Three tickets please. One for a student and two for adults.

shòu piào yuán　yí gòng wǔ shí yuán
售 票 员：一 共 50 元。

Admission Staff：50 yuan.

xiǎo xuě mā　piào mǎi hǎo le　zán men kě yǐ jìn qu le
小 雪 妈：票 买 好 了，咱 们 可 以 进 去 了。

Mother：I've bought the tickets. Let's go inside.

xiǎo xuě　mā ma　zhèr　yǒu jiè shào　zhè ge bó wù guǎn chéng lì yú
小 雪：妈 妈，这 儿 有 介 绍。这 个 博 物 馆　成 立 于

yī jiǔ qī jiǔ nián　shì yóu guó jiā dì zhì yán jiū suǒ chuàng jiàn de
1979　年，是 由 国 家 地 质 研 究 所　创　建 的，

zhǎn chū de yǒu gè gè nián dài de huà shí　yǐ jí bǎo shí děng
展　出 的 有 各 个 年 代 的 化 石、以 及 宝 石 等。

Xiao Xue：Mother, here is an introduction. This museum was founded in

1979 by the National Geological Institute. Fossils of all ages and precious stones are on display here.

xiǎo xuě mā nǐ xiǎng xiān kàn nǎ ge zhǎn guǎn a
小 雪 妈：你 想 先 看 哪 个 展 馆 啊？

Mother：Which hall would you like to see first?

xiǎo xuě dāng rán shì xiān qù bǎo shí guǎn la
小 雪：当 然 是 先 去 宝 石 馆 啦。

Xiao Xue：The precious stone hall first, of course.

xiǎo xuě mā hǎo de ràng wǒ men de xiǎo xuě yě kāi kai yǎn kàn kan yǒu duō
小 雪 妈：好 的，让 我 们 的 小 雪 也 开 开 眼，看 看 有 多

shao bǎo shí
少 宝 石。

Mother：OK. Let our Xiao Xue get a real eyeful of how many precious stones there are.

词汇 Vocabulary

早点 zǎo diǎn
early

出发 chū fā
set off, leave

照相 zhào xiàng
take pictures

介绍 jiè shào
introduce; introduction

学生票 xué shēng piào
ticket for student

成人票 chéng rén piào
ticket for adult

成立 chéng lì
set up, establish

创建 chuàng jiàn
found, establish

年代 nián dài
age, time

化石 huà shí
fossil

展馆 zhǎn guǎn
exhibition hall

开眼 kāi yǎn
open one's eyes, widen one's view

3. 民俗博物馆 At the Folk Custom Museum

(Xiao Xue and her classmates go to the Folk Custom Museum. After coming back, she tells her parents about her visit there.)

小雪：今天我和好几个同学去了民俗博物馆，那里不像地质博物馆，光是图片和介绍，还有大量的实物。而且还有解说员呢。

Xiao Xue: Today I went to the Folk Custom Museum with some classmates. It's not like the Geological Museum with only pictures and introductions, it has a great number of items on display. There was a guide to explain things to us.

小雪爸：是吗？

Father: Really?

小雪：可不是嘛。解说员给我们讲了讲博物馆的成立时间、过程，还有一些主要收藏品的用处和文化背景。他们说的可比爷爷说的还详细呢。

Xiao Xue: Yes. The guide told us when the museum was founded, its history and the usage and cultural background of some of its major collections. What they said was much more detailed than what my grandpa told me.

小雪爸：那你也给我讲讲都看到了什么。

Father：Tell us what you have seen.

小雪：那里介绍了老北京的茶馆文化，还有京剧，还有天桥艺术家们的一些生活。最有意思的是看老艺人现场捏泥人、做糖人。他们都是祖传的手艺，做得真快、真像。

Xiao Xue：They introduced the tea culture of old Beijing, Peking Opera, and the life of artists in Tianqiao. The most interesting thing was dough and sugar figurines being made by old craftsmen. The workmanship has been handed down from past generations. They made the figurines quickly and very true to life.

小雪爸：比你们书本上讲得如何啊？

Father：How was it told compared to your textbook?

小雪：比书生动多了。不过，说实话，我觉得爷爷讲的也挺好的。我给你们看看我拍的照片吧。你们看，这个就是泥人张做的"八仙过海"，这个是老北京面塑的脸谱，这个是糖人孙悟空，这是……

Xiao Xue：It was more vivid than the textbook but I actually think what grandpa said was also very good. I'll show you some pictures I took. Look, these are the Eight Immortals Going Across the Sea made by Master Zhang. This is a dough model of types of facial make-up. This is a sugar figurine, the Monkey King. This is...

小 雪爸：小 雪，你 慢 点 说，爸爸 都 跟 不 上 你 了。

Father：Xiao Xue, speak slowly. Your dad can't follow you.

小 雪：那回头你 慢 慢看吧，我 得 先 把 照 片 发给 同学 们，他 们 都 没 带 相 机，就 我 带 了。

Xiao Xue：Well, you can look at them slowly later. I have to send them to my classmates first. They didn't take cameras.

小 雪爸：成，那有 时 间我再看。你先 忙 你的事吧。

Father：OK. I'll look at them when I have time. Go and do your things first.

小 雪：那我去 上 网 了。

Xiao Xue：I'll get on the Internet then.

小 雪爸：去吧，去吧。

Father：Go ahead. Go ahead.

词汇 Vocabulary

图片 tú piàn picture	**解说员** jiě shuō yuán narrator, guide
大量的 dà liàng de a great number of	**收藏品** shōu cáng pǐn collection
实物 shí wù material object, real object	**文化背景** wén huà bèi jǐng cultural background

详细 xiáng xì
detailed

茶馆 chá guǎn
tea house

京剧 jīng jù
Peking Opera

艺术家 yì shù jiā
artist

生活 shēng huó
life

现场 xiàn chǎng
on spot; live

捏泥人 niē ní rén
make a clay figurine

糖人 táng rén
sugar figurine

祖传的 zǔ chuán de
ancestral

手艺 shǒu yì
workmanship

生动 shēng dòng
vivid

面塑 miàn sù
dough modeling

脸谱 liǎn pǔ
type of facial make-up

相关用语 Relevant Expressions

史前
shǐ qián / prehistoric

新石器时代
xīn shí qì shí dài / neolithic

旧石器时代
jiù shí qì shí dài / paleolithic

原始社会
yuán shǐ shè huì /
primitive society

天体
tiān tǐ / celestial body

太阳系
tài yáng xì / solar system

银河
yín hé / the Milky Way,
galaxy

行星
xíng xīng / planet

宇宙
yǔ zhòu / universe

枪炮
qiāng pào / gun

武器
wǔ qì / weapon

语言文化小贴士
Language Tips

tángrén
1. 糖人

　　用熬化的糖，用手捏或者用嘴吹成立体的人物或动物造型。根据不同的制作方法，人们称为"吹糖人"或者"捏糖人"。这是一种民间艺术，也是北京庙会上传统的表演项目。

　　This is a figurine of humans or animals made of sugar either by hand or by blowing the shape. According to the method of production people call them "chuī táng rén(blow sugar figurine)" or "niē táng rén(pinch sugar figurine)". This is a folk art and a traditional performance item at the Beijing Temple Fair every year during the Spring Festival.

ní rén
2. 泥人

　　用泥捏成的人型，可以上色或者不上色，是中国一种传统的手工艺品。

　　This is a figurine made of clay. It can be colored or not colored. It's a traditional Chinese handicraft.

bā xiān guò hǎi
3. 八 仙 过 海

"八仙"是中国神话传说中八个有神奇本领的仙人,"八仙过海"是指他们各自显示出自己的本领,渡过波涛汹涌的东海的经典故事。

"bā xiān(the Eight Immortals)" are eight legendary immortal beings who have magical abilities. There is a story about the Eight Immortals who travel across a turbulent sea, each displaying his or her special powers.

● 练习 Exercises

1. 选择最合适的词汇或短语填空。 Choose the right words or phrases to fill in the blanks.

1) 同学们不但要看课本,同时也要看很多 ____ 才能完成这个作业。
   a.图画　　　　　b.参考书　　　　　c.人物

2) 齐白石是中国著名的画家,他的画成为很有价值的 _____。
   a. 收藏品　　　　b.用品　　　　　c.东西

3) 这个博物馆是 1939 年 _____ 的。
   a .出现　　　　　b.成立　　　　　c.设置

4) 没有 _____,不成方圆。
   a. 规矩　　　　　b.影响　　　　　c.成员

5) 这戒指上镶嵌着一颗 _____。
   a.宝石　　　　　b.石头　　　　　c.花

2. 完成下列短语。 Complete phrases below.

1) 注意 ____　　2) 文化 ____　　3) 拍 _____

Dancing
跳舞

● 必备用语 Key Expressions

yuē   tiào wǔ
约 …… 跳 舞

ask someone to dance

wǒ bú tài huì tiào wǔ
我 不 太 会 跳 舞。

I'm not good at dancing.

hǎo hāo wánr
好 好 玩 儿。

Have a good time.

guì bú dào nǎr qu
贵 不 到 哪 儿 去。

It's not too expensive.

tā shì zěn me shōu fèi de ya
它 是 怎 么 收 费 的 呀?

How much does it charge?

wǒ gū jì shíyī diǎn jiù děi chè le
我 估计 11   点 就 得 撤 了。

I think I'll leave at 11 o'clock.

kàn qíng kuàng ba
看 情 况 吧。

We'll see.

bié nà me zǎo zǒu
别 那么 早 走。

Don't go so early.

duō wán huìr   ba
多 玩 会 儿 吧。

Stay longer.

nà duō méi yì si
那 多 没 意 思。

That's not interesting.

● 情景对话 Situational Dialogues

1. 相约去跳舞 Planning to Go Dancing

(Zhang Lan is talking with Li Gang about going dancing in the evening.)

zhāng lán   jīn tiān wǒ de jǐ ge nián qīng de tóng shì yuē wǒ qù tiào wǔ   wǒ jiù bù
张 兰：今 天 我 的 几 个 年 轻 的 同 事 约 我 去 跳 舞，我 就 不

huí jiā chī fàn le
回 家 吃 饭 了。

Zhang Lan: Today several young colleagues of mine asked me to go dancing with them, so I won't come home for dinner.

lǐ gāng hǎo ba nǐ hǎo jiǔ méi tiào wǔ le dāng xīn bié lèi zhe
李 刚：好 吧。你 好 久 没 跳 舞 了，当 心，别 累 着。

Li Gang: Alright. You haven't gone dancing for a long time. Be careful, don't make yourself too tired.

zhāng lán qí shí wǒ bú tài huì tiào wǔ kě shì jīn tiān zhèng hǎo shì yí ge tóng
张 兰：其 实，我 不 太 会 跳 舞。可 是，今 天 正 好 是 一 个 同

shì de shēng rì běn lái wǒ shuō bú qù le kě tā men fēi lā wǒ qù còu
事 的 生 日，本 来 我 说 不 去 了，可 他 们 非 拉 我 去 凑

rè nao nà xiē nián qīng rén tǐ lì hǎo zhe ne
热 闹。那 些 年 轻 人，体 力 好 着 呢。

Zhang Lan: Actually, I'm not good at dancing but today happens to be my colleague's birthday. I said I wouldn't go but they insisted that I join in. Those young guys are very energetic.

lǐ gāng gāng bì yè de dà xué shēng ba
李 刚：刚 毕 业 的 大 学 生 吧？

Li Gang: They must be new graduates?

zhāng lán méi cuò nǐ zěn me zhī dào de
张 兰：没 错，你 怎 么 知 道 的？

Zhang Lan: That's right. How did you know?

lǐ gāng xiǎng xiang zán men nà huìr bù yě yí yàng ma
李 刚：想 想 咱 们 那 会 儿 不 也 一 样 嘛。

Li Gang: Just think what we were like in those days, it is the same.

zhāng lán zhè dǎo shì zán men shàng dà xué de shí hou zuì xǐ huan tiào wǔ le
张 兰：这 倒 是。咱 们 上 大 学 的 时 候 最 喜 欢 跳 舞 了，

dòng bu dòng jiù qù wǔ huì gōng zuò tóu yì liǎng nián yě shì lǎo diàn
动 不 动 就 去 舞 会。工 作 头 一 两 年 也 是，老 惦

jì zhe wán nà zhèn shēng huó yā lì yě bú dà xiǎng xiang yě tǐng
记 着 玩。那 阵 生 活 压 力 也 不 大，想 想 也 挺

kāi xīn de
开 心 的。

Zhang Lan: That's true. When we were in college we loved to dance and went whenever we had the chance. It was the same when we started working for the first two years. We always thought about having fun and we didn't have too much pressure. It was fun.

lǐ gāng   kě bu shì   nǎ xiàng xiàn zài a   jié hūn   yǎng hái zi
李 刚：可 不 是，哪 像 现 在 啊，结 婚、养 孩 子。

Li Gang: Absolutely. It's not like today, getting married and raising children.

zhāng lán   qiáo nǐ hǎo xiàng yí fù hòu huǐ de yàng zi
张 兰：瞧 你 好 像 一 副 后 悔 的 样 子。

Zhang Lan: You seem to feel regretful.

lǐ gāng   méi yǒu   méi yǒu   zhǐ shì ǒu ěr huái niàn yí xià guò qù de měi hǎo shí
李 刚：没 有，没 有，只 是 偶 尔 怀 念 一 下 过 去 的 美 好 时

guāng ér yǐ
光 而 已。

Li Gang: No, no. I just think of the good times of the past once in a while.

zhāng lán   hēi   hé bu gēn wǒ men yì qǐ qù   hǎo duō tóng shì dōu dài jiā shǔ
张 兰：嘿，何 不 跟 我 们 一 起 去？好 多 同 事 都 带 家 属

huò péng you qù
或 朋 友 去。

Zhang Lan: Hey, why not go with us? Many of my colleagues will go with their family members or friends.

lǐ gāng   wǒ jiù bú qù le   méi zhǔn jīn tiān wǎn shang hái děi jiā bān ne
李 刚：我 就 不 去 了，没 准 今 天 晚 上 还 得 加 班 呢。

Li Gang: I won't go. Perhaps I'll work overtime this evening.

zhāng lán   zhēn kě xī   nà wǒ kě jiù zì jǐ qù le
张 兰：真 可 惜，那 我 可 就 自 己 去 了。

Zhang Lan: What a pity! I'll go alone then.

lǐ gāng   qù ba   qù ba   hǎo hāo wánr   bié huí lai tài wǎn le jiù chéng
李 刚：去吧，去吧，好 好 玩 儿。别 回来太 晚 了就 成 。

Li Gang：You go and have a good time. Don't come home too late.

zhāng lán   fàng xīn ba   wǒ zhēng qǔ   shí èr diǎn yǐ qián huí lai
张 兰：放 心 吧，我 争 取   12 点 以 前 回 来。

Zhang Lan：Don't worry. I'll try to come back before 12 o'clock.

词汇 Vocabulary

迪厅 dí tīng
disco

同事 tóng shì
colleague

跳舞 tiào wǔ
dance

凑热闹 còu rè nao
join in the fun

体力 tǐ lì
physical strength

毕业 bì yè
graduate; graduation

大学生 dà xué shēng
college student

舞会 wǔ huì
ball, dance

惦记 diàn ji
cannot take one's mind off, keep
thinking about, worry about

压力 yā lì
pressure

结婚 jié hūn
get married; marry

养孩子 yǎng hái zi
raise a child

后悔 hòu huǐ
regret

偶尔 ǒu ěr
once in a while, occasionally

怀念 huái niàn
cherish the memory of, think of,
miss

美好时光 měi hǎo shí guāng
good time

家属 jiā shǔ
family member

没准 méi zhǔn
maybe, perhaps, probably

加班 jiā bān
work overtime

2. 与同事去跳舞 Going Dancing with Colleagues

(Zhang Lan and her colleagues are talking about the disco they're going to go.)

zhāng lán　nà ge dí tīng nǐ men dōu qù guo ma
张　兰：那个迪厅你们都去过吗？

Zhang Lan：Have you been to that disco?

xiǎo liú　hāi　tā bú shì gāng kāi zhāng ma　wǒ men dōu méi qù guo ne　bú guò
小　刘：咳，它不是刚开张嘛，我们都没去过呢。不过

zuó tiān xiǎo liú hé tā nǚ péng you qù le yí cì　xiǎo liú　nǐ jué de
昨天小刘和他女朋友去了一次。小刘，你觉得

hǎo ma
好吗？

Xiao Liu：Hey, it has just opened. None of us have been there, but Xiao Liu and his girlfriend went yesterday. Xiao Liu, what do you think of it?

xiǎo liú　hái chéng　nàr　de yīn yuè xiào guǒ hé wǔ tái shè jì dōu tǐng hǎo de
小　刘：还成，那儿的音乐效果和舞台设计都挺好的，

lǐng wǔ de xiǎo jiě yě piào liang　gǎo de yě bú cuò　jiù shì rén yǒu
领舞的小姐也漂亮，DJ搞得也不错。就是人有

diǎn duō
点多。

Xiao Liu：It's OK. The sound system and stage design are pretty good. The leading girl dancer is pretty, and the DJ is good too. It was a bit crowded though.

xiǎo fàn　zhè fù jìn nǎ ge dí tīng rén dōu duō　tā shì zěn me shōu fèi de ya
小　范：这附近哪个迪厅人都多。它是怎么收费的呀？

Xiao Fan：Almost all discos around here are crowded. How much does it charge?

xiǎo liú　mén piào yī bǎi　yī shí yuán　jiǔ shuǐ lìng jì　lǐ mian jiǔ shuǐ de jià qián
小　刘：门票　110　元，酒水另计。里面酒水的价钱

jī běn shang hé jiǔ bā de chà bu duō　guì bú dào nǎr　qu　shí èr diǎn
基 本　上　和酒吧的差不多。贵不到 哪儿去。 12　点

yǒu xiē chōu jiǎng de jié mù
有 些 抽　奖 的节目。

Xiao Liu：The ticket is 110 yuan not including drinks. The price of drinks
is more or less the same as a bar. It's not too expensive. There's
also a draw for small gifts at 12 o'clock.

zhāng lán　nà zán men xiān qù chī fàn ba
张　兰：那咱们　先 去吃饭吧。

Zhang Lan：Let's go to dinner first.

xiǎo liú　ng　duì le　jiǔ diǎn yǐ qián nà li yǒu mín yáo jí tā biǎo yǎn　jiǔ diǎn
小 刘：嗯，对 了，9 点 以 前 那里有 民 谣吉他 表 演，9 点

yǐ hòu cái shì rè wǔ de shí jiān
以 后 才是 热舞的时 间。

Xiao Liu：Hum. Right, there is folk guitar show before 9 o'clock. After 9:00
is time for dancing.

zhāng lán　zhèng hǎo　zán men chī wán fàn bā diǎn duō　kě yǐ kàn yí huìr
张　兰：正　好，咱 们 吃 完 饭 8 点 多，可以看一会儿

biǎo yǎn　rán hòu zài tiào wǔ
表 演，然 后 再跳 舞。

Zhang Lan：Good, it'll be after 8 o'clock when we finish dinner. We can
watch the show, and then go dancing.

xiǎo fàn　shì a　wǒ nán péng you shuō tā děi bā diǎn duō cái néng gǎn dào ne
小 范：是啊。我 男 朋 友 说他得8 点 多 才 能 赶 到呢，

zhèng hǎo kě yǐ děng deng tā　duì le　zhāng lán　nǐ lǎo gōng zěn me
正　好可以等 等他。对了。张 兰，你老 公 怎 么

méi lái a
没 来啊？

Xiao Fan：Yes. My boyfriend said that he would be here after 8 o'clock,
so I haveto wait for him. Oh, Zhang Lan, why didn't your
husband come?

zhāng lán   tā yào jiā bān   zài shuō wǒ men lǎo dà bù xiǎo de   tǐ lì nǎ néng gēn
张　兰：他 要 加 班。再 说 我 们 老 大 不 小 的，体力 哪 能 跟

nǐ men bǐ a   wǒ gū jì shí yī diǎn jiù děi chè le   yào bu míng tiān
你 们 比 啊。我 估计 11　点 就 得 撤 了，要 不 明 天

gēn běn qǐ bu lái
根 本 起 不 来。

Zhang Lan: He will work overtime and we are not young any more. We don't
　　　　　have the get-up-and-go that you do. I think I'll leave at 11
　　　　　o'clock, otherwise I won't be able to get up tomorrow.

xiǎo fàn   bú huì ba   zán men hǎo bù róng yì yì qǐ rè nao rè nao   bié nà me zǎo
小　范：不 会 吧，咱 们 好 不 容 易一起 热 闹 热 闹，别 那 么 早

zǒu   duō wán huìr   ba
走，多 玩 会 儿 吧。

Xiao Fan: No way, it's not easy for us to get together and have fun. Don't go
　　　　　so early. Stay longer.

zhāng lán   kàn qíng kuàng ba
张　兰：看 情 况 吧。

Zhang Lan: We'll see.

词汇 Vocabulary

开张　kāi zhāng
open a business

音乐效果　yīn yuè xiào guǒ
sound effect,
sound system

舞台　wǔ tái
stage

设计　shè jì
design

领舞　lǐng wǔ
leading dancer

收费　shōu fèi
harge

酒水　jiǔ shuǐ
drink

抽奖　chōu jiǎng
draw lots; draw a winning
number

节目 jié mù
program, show

老公 lǎo gōng
husband

撤 chè
leave, withdraw

根本 gēn běn
at all; fundamental

热闹 rè nao
lively; good atmosphere

情况 qíng kuàng
circumstance, situation, condition

3. 在迪厅 At the Disco

(At the disco, Zhang Lan and her colleagues are watching the guitar show.)

zhāng lán   nǐ kàn dà jiā jīn tiān bù chuān zhèng zhuāng   yí ge yí ge dōu piào
张 兰：你看大家今天不 穿 正 装 ，一个一个都 漂

liang duō le   hé píng shí de gǎn jué bù yí yàng
亮 多了,和平 时 的 感 觉不一 样 。

Zhang Lan：Look, nobody is wearing a suit today and they all look much

better, different from usual.

xiǎo liú   nà shì   píng shí dōu shàng bān   nán dé zhè me qīng sōng   xiū xián
小 刘：那是， 平 时 都 上 班，难得这么 轻 松 、休 闲 。

Xiao Liu：That's right. Usually we have to work and unable to have time to

relax.

zhāng lán   zhè li de xiǎo huǒ zi gè gè dōu tǐng shuài de ma
张 兰：这里的 小 伙子个个都 挺 帅 的嘛。

Zhang Lan：All the guys here are very handsome.

xiǎo liú   hā ha   kàn shàng nǎ ge le   wǒ gěi nǐ jiè shào yí xià
小 刘：哈哈，看 上 哪个了,我给你介 绍 一下。

Xiao Liu：Ha ha, which one do you like? I can recommend him to you.

zhāng lán   méi zhèng jing de   jìng hú shuō
张 兰：没 正 经 的，净 胡 说 。

Zhang Lan：Oh, stop joking.

xiǎo fàn   gè wèi   rè wǔ de shí jiān jiù yào dào le   dà jiā zhǔn bèi hǎo   yì qǐ
小 范：各位，热 舞 的 时 间 就 要 到 了，大 家 准 备 好 ，一 起

shàng a
上 啊。

Xiao Fan：OK, everyone, It's time to dance. Just get ready and we'll dance
together.

xiǎo fàn   jiù nǐ jī jí   nǐ nǚ péng you yí zài nǐ jiù xīng fèn le
小 范：就 你 积极，你 女 朋 友 一 在 你 就 兴 奋 了。

Xiao Fan：You're the most active one. And you are excited when your
girlfriend is with you.

xiǎo liú   ò   yuán lái shì mǒu xiē rén de nán péng you hái méi yǒu dào   suǒ yǐ
小 刘：哦，原 来 是 某 些 人 的 男 朋 友 还 没 有 到 ，所 以

zháo jí le   shì ba
着 急 了，是 吧？

Xiao Liu：Oh, it is because someone's boyfriend has not come yet. So she is
worried, right?

xiǎo fàn   tǎo yàn   tā hěn kuài jiù dào le
小 范：讨 厌 。他 很 快 就 到 了。

Xiao Fan：Hey! He'll be here soon.

xiǎo liú   nǐ huì tiào jiāo jì wǔ ma
小 刘：你 会 跳 交 际 舞 吗？

Xiao Liu：Can you dance ballroom dancing?

xiǎo fàn   bú huì   nà duō méi yì si   hái shi bèng dí yǒu yì si
小 范：不 会 。那 多 没 意 思 ，还 是 蹦 迪 有 意 思 。

Xiao Fan：No. That's not interesting. Disco is more fun.

xiǎo liú   nǐ men hái hē diǎn shén me ma   bié kè qi   jīn tiān wǒ shēng rì   wǒ
小 刘：你 们 还 喝 点 什 么 吗？别 客 气，今 天 我 生 日， 我

qǐng kè
请 客。

Xiao Liu: Would you like something to drink ? Don't be shy, today's my

birthday, my treat.

xiǎo fàn wǒ zài yào yì píng chéng zhī ba
小 范：我 再 要 一 瓶 橙 汁 吧。

Xiao Fan: I'll have one more glass of orange juice.

xiǎo liú nín ne
小 刘：您 呢？

Xiao Liu: What about you?

zhāng lán bú yào le xiè xie wǒ hái yǒu kā fēi ne
张 兰：不 要 了，谢 谢。我 还 有 咖啡 呢。

Zhang Lan: No, thanks. I still have some coffee.

词汇 Vocabulary

正装 zhèng zhuāng
suit, formal dressing

感觉 gǎn jué
feel; feeling

轻松 qīng sōng
relax

休闲 xiū xián
leisure

正经的 zhèng jing de
serious, honest

胡说 hú shuō
joking

积极 jī jí
active

兴奋 xīng fèn
excitement; excited

交际舞 jiāo jì wǔ
ballroom dancing, social dance

蹦迪 bèng dí
disco

请客 qǐng kè
treat

橙汁 chéng zhī
orange juice

相关用语 Relevant Expressions

舞厅
wǔ tīng / dancing hall

舞池
wǔ chí / dance floor

歌舞厅
gē wǔ tīng / song and dance hall

乐队
yuè duì / band

街舞
jiē wǔ / hiphop, street dance

华尔兹
huá ěr zī / waltz

迪斯科
dí sī kē / disco

探戈
tàn gē / tango

语言文化小贴士
Language Tips

còu rè nao
凑 热 闹

这有两个意思，一是到热闹的地方跟大家一起玩儿，另一个是添麻烦、捣乱。在这里用表示的是第一个意思。

It has two meanings. One is to join in fun with others, another is to give trouble to someone. Here it is using the first meaning.

那边拔河呢，咱们也过去凑凑热闹。

● 练习 Exercises

选择最合适的词汇或者短语填空。 Choose the right words or phrases to fill in the blanks.

1. 自从她结婚, 特别是生了孩子之后, 她感到生活 _____ 越来越大。

   a.压力　　　　　b.动力　　　　　c.阻力

2. 如今许多商场为了吸引顾客, 都有 _____ 活动。

   a. 抽奖　　　　　b.抽风　　　　　c.抽水

3. 一般来说, 在公司上班的人都要穿 _____ , 不能穿休闲装。

   a.唐装　　　　　b 正装　　　　　c.运动装

4. 上个月他交了一个 _____ , 他说他终于找到了幸福。

   a. 女朋友　　　　　b.女伴　　　　　c.女人

5. 我想 _____ 她去跳舞。

   a. 要　　　　　b.约　　　　　c 拿

卡拉 OK
Karaoke

UNIT 9

● 必备用语 Key Expressions

gēn wǒ yì qǐ qù chàng kǎ lā
跟 我 一起 去 唱 卡拉OK
go to karaoke with me

jiǔ shuǐ lìng suàn
酒 水 另 算
not including drinks

xià pǎo le
吓 跑 了
scare away

kàn wǒ de
看 我 的。
Let me try.

nǐ dìng ba
你 定 吧。
You decide.

wǒ men tīng nǐ de
我 们 听 你 的。
Whatever you say.

rén dōu dào qí le ma
人 都 到 齐 了 吗?
Is everybody here?

fā ge duǎn xìn
发 个 短 信。
Send an SMS.

gěi nǐ diǎn yí ge
给 你 点 一个
choose one for you

zhù míng gē xīng
著 名 歌 星
famous singer

● 情景对话 Situational Dialogues

1. 相约去唱卡拉 OK Planning to Go to Karaoke

(At the office)

xiǎo fàn wǒ zhè li yǒu miǎn fèi de kǎ lā   piào zhōu mò nǎ wèi tóng shì yǒu
小 范:我 这里 有 免 费 的 卡拉OK 票 , 周 末 哪 位 同 事 有

xìng qù gēn wǒ yì qǐ qù chàng kǎ lā   a
兴 趣 跟 我 一起 去 唱 卡拉OK啊?

Xiao Fan: I've got some free karaoke tickets. Who wants to go to karaoke with me at the weekend?

xiǎo zhāng wǒ wǒ qù zhè me hǎo de shì qing zěn me néng wàng le wǒ ne nǐ
小　张：我，我去。这么好的事情怎么能　忘了我呢?你

　　　　yǒu jǐ zhāng wǒ zài gěi nǐ jiào jǐ ge rén
　　　　有几张?我再给你叫几个人。

Xiao Zhang: I'd like to go. How could you forget me for something like this? How many tickets do you have? I can find someone for you.

xiǎo fàn bú shì àn rén suàn de shì yí ge bāo jiān yì zhāng piào kě yǐ miǎn fèi
小　范：不是按人算的,是一个包间。一张票可以免费

　　　　chàng yí ge xiǎo shí jiǔ shuǐ lìng suàn
　　　　唱一个小时,酒水另算。

Xiao Fan: It's not charged according to the number of people but per private room. With one ticket you can sing for an hour for free, not including drinks.

xiǎo zhāng nà yí ge bāo jiān néng yǒu jǐ ge rén ya
小　张：那一个包间能有几个人呀?

Xiao Zhang: How many people can a room hold?

xiǎo fàn zhè shì zhōng děng de bāo jiān néng chéng liù dào bā ge rén ba
小　范：这是中　等的包间,能盛六到八个人吧。

Xiao Fan: This is for a medium-sized room which can hold six to eight people.

xiǎo zhāng chéng zhè shì bāo zài wǒ shēn shang le wǒ gěi nǐ zhǎo jǐ ge nǐ
小　张：成,这事包在我身上了,我给你找几个。你

　　　　nàr yǒu jǐ ge rén qù
　　　　那儿有几个人去?

Xiao Zhang: OK. You can count on me for that. I'll find someone for you. How many people have you got?

xiǎo fàn jiā shàng wǒ nán péng you liǎng ge
小　范：加上我男朋友,两个。

Xiao Fan: There are two—me plus my boyfriend.

xiǎo zhāng zhēn méi hào zhào lì kàn wǒ de zhāng lán nǐ zěn me yàng yì
小　张：真 没 号 召 力，看 我 的。张 兰，你 怎 么 样？一

qǐ qù ba jiào shàng nǐ lǎo gōng
起 去 吧？叫 上 你 老 公？

Xiao Zhang: You just don't know how to rally people together, let me try. Zhang Lan, how about you, will you come with us? What about bringing your husband?

zhāng lán xíng wǒ wèn wen tā zhōu mò yǒu shí jiān méi yǒu dào dǐ shì zhōu
张　兰：行，我 问 问 他 周 末 有 时 间 没 有。到 底 是 周

liù hái shi zhōu rì a
六 还 是 周 日 啊？

Zhang Lan: OK. I'll ask him whether he has time this weekend. Is it Saturday or Sunday?

xiǎo zhāng xiǎo fàn nǐ dìng ba wǒ men tīng nǐ de
小　张：小 范，你 定 吧，我 们 听 你 的。

Xiao Zhang: Xiao Fan, you decide. Whatever you say.

xiǎo fàn nà jiù zhōu liù xià wǔ liǎng diǎn ba dì fang jiù zài gōng sī duì miàn
小　范：那 就 周 六 下 午 两 点 吧。地 方 就 在 公 司 对 面，

jīn dǐng dà shà yī céng de huān chàng yì bǎi
金 鼎 大 厦 一 层 的 "欢 唱 一 百"。

Xiao Fan: Well, 2 o'clock on Saturday afternoon then. It's opposite the office, "Happy Singing 100" on the first floor of Jinding Building.

zhāng lán wǒ méi shén me ān pái kěn dìng qù wǒ huí tóu wèn wen wǒ lǎo gōng
张　兰：我 没 什 么 安 排 肯 定 去。我 回 头 问 问 我 老 公，

kàn tā néng bu néng yì qǐ lái
看 他 能 不 能 一 起 来。

Zhang Lan: I don't have any appointment, so I'll certainly be there. I'll ask my husband to see if he is coming or not.

xiǎo zhāng tài hǎo le rén duō cái rè nao ne chàng wán le zán men yì qǐ qù
小　张：太 好 了，人 多 才 热 闹 呢。唱 完 了 咱 们 一 起 去

chī fàn
吃 饭。

Xiao Zhang: Good. It's more fun with more people. After singing we can go
to dinner together.

xiǎo fàn   chéng   wǒ jǔ shuāng shǒu zàn tóng
小 范：成 ，我 举 双 、手 赞 同 。

Xiao Fan：Fine. I agree.

zhāng lán   wǒ yě hǎo jiǔ méi chàng le   zhèng hǎo ràng nǐ men jiàn shi yí xià wǒ
张 兰：我 也 好 久 没 唱 了，正 好 让 你 们 见 识 一 下 我
de gē shēng
的 歌 声 。

Zhang Lan：I haven't sung for a long time. It's the right time show off
my voice.

xiǎo zhāng   chéng   bié bǎ wǒ men xià pǎo le jiù xíng   hā ha ha
小 张 ： 成 ，别 把 我 们 吓 跑 了 就 行 。哈 哈 哈 。

Xiao Zhang: OK. As long as you don't scare us away. Ha, ha ha.

词汇 Vocabulary

卡拉 OK kǎ lā OK
karaoke

免费 miǎn fèi
free of charge free

兴趣 xìng qù
interest

唱 chàng
sing

盛 chéng
hold, fill

包 bāo
guarantee, assure, include

号召力 hào zhào lì
clout; popular support

安排 ān pái
arrange

赞同 zàn tóng
agree

见识 jiàn shi
experience, sense

歌声 gē shēng
singing

吓跑 xià pǎo
scare away

Leisure Talk

2. 在卡拉 OK 厅 At the Karaoke Hall

(Outside the Karaoke hall, Zhang Lan meets Xiao Fan.)

zhāng lán　rén dōu dào qí le ma
张　兰：人 都 到 齐 了 吗？

Zhang Lan：Is everybody here?

xiǎo fàn　zán men xiān jìn qu ba　gěi tā men fā ge duǎn xìn gào su tā men zán
小　范：咱 们 先 进去 吧，给 他 们 发 个 短 信 告 诉他 们 咱
men zài nǎ ge bāo jiān jiù chéng le
们 在 哪 个 包 间 就 成 了。

Xiao Fan：Let's go in first. Send them a message to tell them which room we are in.

zhāng lán　yě hǎo　zán men xiān chàng zhe　duì le　wàng le gěi nǐ jiè shào le
张　兰：也好，咱 们 先 唱 着。对 了，忘 了 给 你 介 绍 了，
zhè ge shì wǒ lǎo gōng　lǐ gāng　zhè ge shì wǒ tóng shì fàn xiǎo xiǎo
这 个 是 我 老 公，李 刚。这 个 是 我 同 事 范 晓 晓。

Zhang Lan：Alright. Let's sing first. Oh, I forgot to introduce my husband, Li Gang. This is my colleague, Fan Xiaoxiao.

xiǎo fàn　nǐ hǎo　nǐ hǎo　jīn tiān kě jiàn dào nǐ le　zǒng tīng zhāng lán tí
小　范：你好，你好，今 天 可 见 到 你 了，总 听 张 兰 提
qǐ nǐ
起你。

Xiao Fan：Hello, nice to meet you. I always hear Zhang Lan talk of you.

lǐ gāng　nǐ hǎo　tā yě jīng cháng tán dào nǐ
李 刚：你好。她 也 经 常 谈 到 你。

Li Gang：Hi. She often talks of you, too.

xiǎo fàn　wǒ yě jiè shào yí xià　zhè wèi shì wǒ nán péng you xiǎo huáng　zhāng
小　范：我 也 介 绍 一 下，这 位 是 我 男 朋 友 小 黄，张
lán jiàn guo le　nǐ hái méi jiàn guo
兰 见 过 了，你 还 没 见 过。

Xiao Fan：Let me also introduce my boyfriend, Xiao Huang. Zhang Lan

100

has already met him, but you haven't.

lǐ gāng nǐ hǎo nǐ hǎo
李 刚 : 你好 , 你好 。

Li Gang: Hello, how do you do.

xiǎo huáng nǐ hǎo zán men xiān jìn qu ba
小 黄 : 你好 , 咱 们 先 进去吧 。

Xiao Huang: Hi. Let's go in.

lǐ gāng hǎo zán men zǒu
李 刚 : 好 , 咱 们 走 。

Li Gang: OK. Let's go.

(In the private room)

lǐ gāng diǎn gē dān zài zhèr shéi xiān lái
李 刚 : 点 歌 单 在 这 儿 , 谁 先 来 ?

Li Gang: The song list is here. Who'll go first?

zhāng lán yǒu liǎng běn ne nǐ bǎ nà běn gěi tā men xiǎo liǎng kǒu zán men
张 兰 : 有 两 本 呢 , 你 把 那 本 给 他 们 小 两 口 , 咱 们
           kàn zhè běn
           看 这 本 。

Zhang Lan: There are two lists. Give that one to them. Let's look at this
one.

xiǎo huáng wǒ kàn kan xiǎo fàn gěi nǐ diǎn yí ge dōng yǔ ba wǒ xǐ
小 黄 : 我 看 看 。小 范 , 给 你 点 一 个《 冬 雨 》吧 , 我 喜
           huan tīng nǐ chàng nà ge
           欢 听 你 唱 那 个 。

Xiao Huang: Let me see... Xiao Fan, I choose "Winter Rain" for you. I like
to hear you sing that one.

xiǎo fàn hǎo a yáo kòng zài wǒ zhèr nǐ men diǎn shén me
小 范 : 好 啊 , 遥 控 在 我 这 儿 , 你 们 点 什 么 ?

Xiao Fan: Good. I've got the remote control. What do you want?

zhāng lán   nà gěi wǒ diǎn yí ge   yuè liang zhī shàng   ba   hào mǎ shì
张　兰：那 给 我 点 一 个《月　亮　之　上　》吧，号 码 是：

A–líng sì líng líng jiǔ
A04009。

Zhang Lan：Give me "Above the Moon". The number is A04009.

xiǎo fàn   méi wèn tí   yō   wǒ de gē kāi shǐ le   xià mian qǐng tīng zhù míng gē
小　范：没 问 题。哟，我 的 歌 开 始 了，下　面　请 听 著 名 歌

xīng fàn xiǎo xiǎo de yǎn chàng
星 范 晓　晓　的 演　唱　。

Xiao Fan：No problem. Oh, my song comes. Now the famous singer Fan

Xiaoxiao will sing for you.

词汇 Vocabulary

到齐 dào qí
all here

短信 duǎn xìn
SMS; text message

同事 tóng shì
colleague

提起 tí qǐ
mention, speak of

谈到 tán dào
refer to, talk of, mention

点歌单 diǎn gē dān
song list

遥控 yáo kòng
remote control

号码 hào mǎ
number

著名 zhù míng
famous, celebrated

歌星 gē xīng
pop singer

3. 继续唱歌 Continuing Singing

(Xiao Zhang opens the door and walks into the room.)

xiǎo zhāng nǐ men dōu zǎo dào le a   hài de wǒ zài wài tou děng le bàn tiān
小　张：你们 都 早 到 了啊，害 得 我 在 外 头 等 了 半 天。

Xiao Zhang: Oh, you've already arrived. You kept me waiting outside for a
　　　　　long time.

xiǎo fàn wǒ bú shì gěi nǐ fā duǎn xìn le ma shuō wǒ men yǐ jīng jìn lai le
小　范：我 不是 给 你 发 短 信 了吗，说 我 们 已 经 进来 了。

Xiao Fan: I sent you an SMS, saying we were already inside.

xiǎo zhāng hāi wǒ gāng shōu dào wǒ yào diǎn gē le
小　张：咳，我 刚 收 到。我 要 点 歌 了。

Xiao Zhang: Oh, I've just received it. I want to choose some songs.

xiǎo fàn zhāng lán chàng de hái zhēn bàng wǒ shì tóu yí cì tīng ne
小　范：张 兰 唱 得 还 真 棒，我 是 头 一 次 听 呢。

Xiao Fan: I think Zhang Lan sang pretty well. It was my first time to hear it.

zhāng lán yì bān yì bān
张　兰：一 般，一 般。

Zhang Lan: Just so so.

lǐ gāng bié qiān xū le wǒ lǎo po chàng gē běn lái jiù bú cuò de tā yuán lái hái
李 刚：别 谦 虚 了，我 老 婆 唱 歌 本 来 就 不 错 的，她 原 来 还
　　　　shì qū li shén me hé chàng tuán de lǐng chàng ne
　　　　是 区 里 什 么 合 唱 团 的 领 唱 呢。

Li Gang: Don't be modest. My wife used to sing well. She was a leading
　　　　singer in a chorus in her district.

xiǎo zhāng wǒ nǚ péng you xiǎo shí hou yě shì shǎo nián gōng hé chàng tuán de
小　张：我 女 朋 友 小 时 候 也 是 少 年 宫 合 唱 团 的
　　　　lǐng chàng ne duì le nǐ chàng shén me a yě lòu liǎng shǒu
　　　　领 唱 呢。对 了，你 唱 什 么 啊？也 露 两 手
　　　　gěi tā men qiáo qiao
　　　　给 他 们 瞧 瞧。

Xiao Zhang: My girlfriend was also a leading singer in the Chorus of the
　　　　　Children's Palace when she was a little girl. What would
　　　　　you like to sing? Show them what you can do.

xiǎo zhāng nǚ yǒu   bié tīng tā xiā chuī   wǒ kàn kan
小　张　女友：别 听 他 瞎 吹。我 看 看。

Xiao Zhang's Girlfriend：Don't listen to his boast. Let me see.

zhāng lán   wǒ yuán lái shì chàng mín gē de   xué de shì mín zú chàng fǎ   xiàn zài
张 兰：我 原 来 是 唱 民 歌 的，学 的 是 民 族 唱 法，现 在

　　　　　dōu wàng de chà bu duō le
　　　　　都 忘 得 差 不 多 了。

Zhang Lan：I used to sing folk songs and studied folk singing methods. Now
　　　　　I've almost forgotten it all.

xiǎo zhāng nǚ yǒu   wǒ xué de shì tōng sú chàng fǎ   bù guò wǒ zhè rén méi cháng
小　张　女友：我 学 的 是 通 俗 唱 法，不 过 我 这 人 没 长

　　　　　　xìng   xué le jǐ ge yuè   jué de méi yì si jiù bù xué le
　　　　　　性 ，学 了 几 个 月，觉 得 没 意 思 就 不 学 了。

Xiao Zhang's Girlfriend：I learned how to sing popular songs but later
　　　　　　　　　　　lost the power of concentration. After several
　　　　　　　　　　　months I got bored and gave it up.

　xiǎo zhāng   wǒ shuō ma   nǚ rén dōu yǒu yì shù tiān fèn a   bú xiàng wǒ men
小　张 ：我 说 嘛，女 人 都 有 艺 术 天 分 啊，不 像 我 们

　　　　méi yǒu shén me yì shù xiū yǎng
　　　　没 有 什 么 艺 术 修 养 。

Xiao Zhang：I think women all have artistic gift, not like us without any
　　　　　artistic cultivation.

　lǐ gāng   shì a   wǒ chàng gē bù zǒu diào jiù chéng
李 刚 ：是 啊，我 唱 歌 不 走 调 就 成 。

Li Gang：Right. I'm alright as long as I don't sing out of tune.

xiǎo zhāng   nà nǐ bǐ wǒ qiáng   rú guǒ wǒ chàng gē   néng zhǎo dào diào jiù bú
小　张 ：那 你 比 我 强 ，如 果 我 唱 歌，能 找 到 调 就 不

　　　　cuò le   qiān wàn bié xiào hua wǒ
　　　　错 了，千 万 别 笑 话 我。

Xiao Zhang：Then you're better than I am. If I sing, it would be considered
　　　　　good if I can find the tune. Don't laugh at me.

lǐ gāng   nǎ néng ne   dà jiā lái zhèr   chàng gē jiù shì tú ge kāi xīn   yòu bú shì
李 刚 ：哪 能 呢，大 家 来 这 儿 唱 歌 就 是 图 个 开 心，又 不 是

wèi le bǐ sài
为 了 比 赛。

Li Gang: How come? Everyone came here to sing for fun not for competition.

xiǎo zhāng   méi cuò   āi   wǒ de gē kāi shǐ le   běn rén xiàn chǒu le
小 张 ：没 错。哎，我 的 歌 开 始 了。本 人 现 丑 了。

Xiao Zhang: That's right. Oh, my song is starting. I'm afraid I'll make a
fool of myself.

词汇 Vocabulary

害 hài
do harm to,
cause trouble to

外头 wài tou
outside

收到 shōu dào
receive

谦虚 qiān xū
modest

老婆 lǎo po
wife

唱歌 chàng gē
sing a song

区 qū
district

合唱团 hé chàng tuán
chorus

领唱 lǐng chàng
leading singer

少年宫 shào nián gōng
Children's Palace

露两手 lòu liǎng shǒu
show off, display one's abilities
or skills

瞎吹 xiā chuī
boast

民歌 mín gē
folk song

唱法 chàng fǎ
singing method

通俗 tōng sú
popular

没长性 méi cháng xìng
little power of concentration, no
perseverance

艺术 yì shù
art; artistic

天分 tiān fèn
potential, gift

修养 xiū yǎng
cultivation

走调 zǒu diào
out of tune

现丑 xiàn chǒu
make a fool of oneself

相关用语 Relevant Expressions

女高音
nǚ gāo yīn / soprano

男高音
nán gāo yīn / tenor

低音
dī yīn / bass

独唱
dú chàng / solo

美声
měi shēng / bel canto

民谣
mín yáo / ballad

校园歌曲
xiào yuán gē qǔ / campus song

乡村音乐
xiāng cūn yīn yuè / country music

摇滚
yáo gǔn / rock music

流行歌曲
liú xíng gē qǔ / pop song

语言文化小贴士
Language Tips

jǔ shuāng shǒu zàn tóng
1. 举 双 手 赞 同

表示完全同意某人的观点和想法。

This indicates one fully agrees with someone's opinion. In China raising one's hand shows agreement, so to raise both hands demonstrates a full a-greement.

xiǎo liǎng kǒu
2. 小 两 口

指年轻夫妻。

This refers to young couple. "liǎng kǒu" refers to a husband and wife.

lòu liǎng shǒu
3. 露 两 手

"露"有显示、表现的意思。"露两手"指在某方面或某事上显示本领，也常用"露一手"。此外，还有"露脸"，指因某事做得好获得表扬、赞扬或荣誉。

The word "lòu" means display or show. "Lòu liǎng shǒu" means to display one's abilities or skills. It's often used as "lòu yì shǒu". There is another expression "lòu liǎn" which means being praised for doing a good job.

老婆，看我今天给你露两手！

● 练习 Exercises

1. 选择最合适的词汇或者短语填空。 Choose the right words or phrases to fill in the blanks.

1）小张几天前给我 _____ 了一个女朋友，我很感激他。
   a.出据   b.介绍   c.追求

2）头儿给我 _____ 了新工作。
  a. 安排　　　　b.安心　　　　c.安全

3）过去的电视根本就没有 _____。
  a.外壳　　　　b 空调　　　　c.遥控

4) 他唱歌总是 _____，听的大家哈哈大笑。
  a. 走调　　　　b.走神　　　　c.走人

2. 请用其他词语替换本句中划线的部分。 Replace the underlined parts with other words.

  1) 这是他们小夫妻的事，我们最好不管。

  2) 我完全赞成大家今天去开心一下。

  3) 他妻子基本不做饭，所以他们都是在外头吃。

● 必备用语 Key Expressions

wǒ jué de tú xiàng bú shì hěn qīng
我 觉 得 图 像 不 是 很 清
chu
楚。

I think the picture isn't very clear.

pín dào
频 道

channel

gāo qīng xī de
高 清 晰 的

high definition

bǎ suǒ yǒu de tái dōu tiáo chū lai
把 所 有 的 台 都 调 出 来

adjust all channels

yǒu de shì shí jiān
有 的 是 时 间

have plenty of time

yuè dà yuè dǒng shì
越 大 越 懂 事

get more sensible as growing up

yì biān chī fàn yì biān kàn xīn wén
一 边 吃 饭 一 边 看 新 闻

have dinner while watching the news.

xiàn zài jǐ diǎn le
现 在 几 点 了?

What's the time?

qí shí wǒ yì diǎn dōu bú ài kàn
其 实 我 一 点 都 不 爱 看
xīn wén
新 闻。

Actually, I don't like to watch the news at all.

tài méi yì si le
太 没 意 思 了。

It's too boring.

● 情景对话 Situational Dialogues

1. 想换电视 Thinking of Changing Television

(Xiao Xue is persuading her parents to buy a new TV set.)

xiǎo xuě bà ba zán men de diàn shì tài jiù le   néng bu néng mǎi ge xīn de a
小 雪：爸爸，咱 们 的 电 视 太 旧 了， 能 不 能 买 个 新 的 啊？

Xiao Xue: Dad, our television is too old. Can we buy a new one?

xiǎo xuě bà zěn me le   wèi shén me tū rán yào mǎi xīn de
小 雪爸：怎 么 了？为 什 么 突 然 要 买 新 的？

Father: What's wrong? Why do you want to buy a new one suddenly?

xiǎo xuě   wǒ jué de diàn shì tú xiàng bú shì hěn qīng chu le   shū shang shuō nà
小 雪：我 觉 得 电 视 图 像 不 是 很 清 楚 了，书 上 说 那

yàng tè bié huǐ yǎn jing
样 特 别 毁 眼 睛 。

Xiao Xue: I think the picture isn't very clear. I read a book which says that
it can really damage our eyes.

xiǎo xuě mā xiǎo xuě shuō de yě shì nà tái diàn shì hěn jiù le   yǐ jīng yòng le
小 雪妈：小 雪 说 的 也 是，那 台 电 视 很 旧 了， 已 经 用 了

shí nián le zài shuō hěn duō gōng néng dōu méi yǒu pín dào yě
十 年 了。再 说 ， 很 多 功 能 都 没 有 ， 频 道 也

shǎo yīng gāi huàn tái xīn de yào gāo qīng xī de
少 ， 应 该 换 台 新 的，要 高 清 晰 的。

Mother: Xiao Xue is right, that TV is too old. We've had it for ten years.
Besides, it doesn't have many functions or channels. We should
change it for a new one, a high definition one.

xiǎo xuě bà mǎi tái xīn de méi wèn tí dàn shì xiǎo xuě nǐ bù néng zhěng tiān
小 雪爸：买 台 新 的 没 问 题。但 是 ， 小 雪，你 不 能 整 天

kàn diàn shì yào yǒu jié zhì zuì hǎo duō kàn xiē shū
看 电 视，要 有 节 制。最 好 多 看 些 书。

Father: There's no problem buying a new one but, Xiao Xue, you can't
watch TV the whole day. You should have more self-control, and
better read more books.

xiǎo xuě wǒ zhī dào le bà ba wǒ píng shí zhǔ yào kàn dòng wù shì jiè   xīn
小 雪：我 知 道 了，爸 爸。我 平 时 主 要 看《 动 物 世 界》、《新

wén lián bō hé yì xiē dòng huà piàn
闻 联 播》和 一 些 动 画 片 。

Xiao Xue: I know, dad. Usually I just watch *Animal World*, the *News* and
some cartoons.

xiǎo xuě mā nà dào shì。bú guò xiàn zài fàng jià le bà ba mā ma kě yǐ ràng nǐ
小 雪 妈：那 倒 是。不 过 现 在 放 假 了，爸 爸 妈 妈 可 以 让 你

yòng   jī kàn xué xí yīng yǔ de guāng pán
用 DVD机 看 学 习 英 语 的 光 盘 。

Mother: That's OK. However, it's vacation now. You can use the DVD
player to watch some DVDs of English study.

xiǎo xuě bà qiān wàn bié kàn nà xiē diàn shì lián xù jù jì dān wù shí jiān yòu
小 雪 爸：千 万 别 看 那 些 电 视 连 续 剧，既 耽 误 时 间 ，又

méi shén me yì yì huò shōu huò wǒ men gǔ lì nǐ duō kàn yì xiē
没 什 么 意义 或 收 获。我 们 鼓 励 你 多 看 一 些

yǒu jiào yù yì yì de yǐng piàn
有 教 育意义 的 影 片 。

Father: You shouldn't watch TV series, which will waste your time. And
they are meaningless. We hope you to watch some educational films.

xiǎo xuě nà nín tóng yì mǎi le
小 雪：那 您 同 意 买 了？

Xiao Xue: Does that mean you agree to buy a new television?

xiǎo xuě bà dāng rán tóng yì le zhōu mò wǒ hé nǐ mā ma jiù qù diàn qì shāng
小 雪 爸：当 然 同 意 了，周 末 我 和 你 妈 妈 就 去 电 器 商

chǎng bǎ zán men de hé yé ye nǎi nai de diàn shì dōu huàn chéng
场 ，把 咱 们 的 和 爷 爷 奶 奶 的 电 视 都 换 成

xīn de yè jīng de hǎo bu hǎo
新 的，液 晶 的 好 不 好？

Father: Of course, I'll go to an electrical appliance store with your mom at
the weekend. We'll change ours and grandparent's television for

new liquid crystal ones, OK?

xiǎoxuě tàihǎo le xièxiebàba
小雪:太好了,谢谢爸爸。

Xiao Xue: That's great. Thank you, dad.

词汇 Vocabulary

电视 diàn shì
television

突然 tū rán
suddenly, abruptly

图像 tú xiàng
image, picture

清楚 qīng chu
clear

毁 huǐ
damage, ruin

眼睛 yǎn jing
eyes

功能 gōng néng
function

频道 pín dào
channel

换 huàn
change

高清晰 gāo qīng xī
high definition

节制 jié zhì
self-control

动画片 dòng huà piàn
cartoon

光盘 guāng pán
disc, CD

连续剧 lián xù jù
TV series

耽误 dān wù
delay, hold up

意义 yì yì
meaning

收获 shōu huò
gain, benefit

鼓励 gǔ lì
encourage

教育意义 jiào yù yì yì
educational significance

电器商场 diàn qì shāng chǎng
electrical appliance store

液晶 yè jīng
liquid crystal

2. 看新电视 Watching the New TV

(The new TV has been bought back. The family is setting the channels.)

xiǎo xuě mā xiǎo xuě kuài lái kàn xīn diàn shì mǎi lái le
小 雪 妈：小 雪，快 来 看，新 电 视 买 来 了。

Mother：Xiao Xue, come quickly. The new TV is here.

xiǎo xuě wā zhēn piào liang zhèng hǎo jīn tiān xià wǔ yǒu dòng wù shì jiè
小 雪：哇，真 漂 亮。正 好 今 天 下 午 有《动 物 世 界》，

wǒ kě yǐ yòng xīn diàn shì kàn le
我 可 以 用 新 电 视 看 了。

Xiao Xue：Wow, how pretty. *Animal World* is on this afternoon. I can watch
it on the new TV.

xiǎo xuě bà děng huìr bà ba gěi nǐ bǎ suǒ yǒu de tái dōu tiáo chū lai
小 雪 爸：等 会 儿 爸 爸 给 你 把 所 有 的 台 都 调 出 来。

Father：Soon your dad will adjust all channels for you.

xiǎo xuě dòng wù shì jiè shì zài zhōng yāng sān tào
小 雪：《动 物 世 界》是 在 中 央 三 套。

Xiao Xue：*Animal World* is on CCTV 3.

xiǎo xuě bà bié zháo jí bà ba huì àn shùn xù bǎ diàn shì tái dōu gěi nǐ tiáo chū
小 雪 爸：别 着 急，爸 爸 会 按 顺 序 把 电 视 台 都 给 你 调 出

lai fàng xīn ba
来，放 心 吧。

Father：Don't worry. Dad will adjust them one by one in order. Relax.

xiǎo xuě mā ng duì le nǐ shùn biàn bǎ jī yě gěi tā lián hǎo le hǎo
小 雪 妈：嗯。对 了，你 顺 便 把DVD机 也 给 她 连 好 了，好

ràng tā kàn pán
让 她 看 盘。

Mother：Oh, by the way, you can connect it with the DVD player so that she can watch discs.

xiǎo xuě bà：zhī dào le　děng shí fēn zhōng wǒ jiù néng nòng hǎo
小 雪爸：知 道 了，等 十 分 钟 我 就 能 弄 好 。

Father：I know. I'll finish it in ten minutes.

(Ten minutes later)

xiǎo xuě bà：xiǎo xuě　lái kàn ba　bà ba dōu tiáo hǎo le
小 雪爸：小 雪，来 看 吧，爸爸 都 调 好 了。

Father：Xiao Xue, come over. Dad has set it up for you.

xiǎo xuě：xiè xie bà ba。āi ya　hái shi yè jīng diàn shì qīng chu
小 雪：谢 谢爸爸。哎呀，还 是 液 晶 电 视 清 楚 。

Xiao Xue：Thank you dad. Hey, the liquid crystal TV is clearer.

xiǎo xuě mā：shì a　yuán lái nǐ lǎo shuō kàn　dòng wù shì jiè　sè cǎi bù xiān
小 雪妈：是 啊，原 来 你 老 说 看《动 物 世界》色 彩 不 鲜

yàn　xiàn zài zhè ge hǎo duō le ba
艳，现 在 这 个 好 多 了 吧?

Mother：Yes. Before you always said that the colors on *Animal World* were
not very bright. Now it's much better, isn't it?

xiǎo xuě：shì a。jīn tiān wǎn shang hái yǒu nǐ men ài kàn de　tàn suǒ　jié mù
小 雪：是 啊。今 天 晚 上 还 有 你 们 爱 看 的《探 索》节 目

ne
呢。

Xiao Xue：Right. There is the *Discovery* program you like tonight.

xiǎo xuě mā：shì ma　wǒ dōu hǎo jiǔ méi kàn le　wǎn shang zài shuō ba　rú guǒ
小 雪妈：是 吗?我 都 好 久 没 看 了。晚 上 再 说 吧。如 果

nǐ wǎn shang yào kàn yīng yǔ jiào xué guāng pán　wǒ jiù bú kàn
你 晚 上 要 看 英 语 教 学 光 盘 ，我 就 不 看

bié de jié mù le
别 的 节 目 了。

Mother：Really? I haven't seen it for a long time. Wait till the evening. If you watch English learning DVDs I won't watch other programs.

xiǎo xuě   méi guān xi   fǎn zhèng wǒ xiàn zài fàng jià   yǒu de shì shí jiān   wǒ jì
小 雪：没 关 系，反 正 我 现 在 放 假，有 的 是 时 间。我 计

huá měi tiān zǎo shang xué yīng yǔ   bù hé nǐ men qiǎng diàn shì
划 每 天 早 上 学 英 语，不 和 你 们 抢 电 视。

Xiao Xue: It doesn't matter. Anyway, I'm having a vacation now and have
plenty of time. I plan to study English every morning so that I
won't fight for the TV with you.

xiǎo xuě bà   xiǎo xuě zhēn shì yuè dà yuè dǒng shì le
小 雪 爸：小 雪 真 是 越 大 越 懂 事 了。

Father: Xiao Xue is really getting more sensible as she grows up.

词汇 Vocabulary

调 tiáo
adjust

顺序 shùn xù
order

电视台 diàn shì tái
television station

色彩 sè cǎi
color

鲜艳 xiān yàn
bright

节目 jié mù
program

计划 jì huà
plan

抢 qiǎng
snatch, grab, take away from

3. 全家一起看新闻 Watching the News with the Family
(In the evening the family are having dinner while watching TV.)

xiǎo xuě mā   xiàn zài jǐ diǎn le
小 雪 妈：现 在 几 点 了?

Mother: What's the time?

xiǎo xuě   qī diǎn
小 雪：7 点 。

Xiao Xue：Seven.

xiǎo xuě mā   xīn wén lián bō shí jiān dào le   zán men yì biān chī fàn yì biān
小 雪 妈：《新 闻 联 播》时 间 到 了，咱 们 一 边 吃 饭 一 边

kàn xīn wén ba
看 新 闻 吧。

Mother：It's time for the *News*. Let's have dinner while watching the news.

xiǎo xuě   qí shí wǒ yì diǎn dōu bú ài kàn xīn wén tài méi yì si le
小 雪：其 实 我 一 点 都 不 爱 看 新 闻，太 没 意思 了。

Xiao Xue：Actually, I don't like to watch the news at all. It's too boring.

xiǎo xuě bà   kàn xīn wén kě yǐ liǎo jiě guó nèi wài fā shēng de dà shì yǒu shén
小 雪 爸：看 新 闻 可 以 了 解 国 内 外 发 生 的 大 事，有 什

me bù hǎo de
么 不 好 的？

Father：Watching the news can help you learn about big events at home and
abroad. Isn't that good?

xiǎo xuě   wǒ jué de nà xiē shì qing dōu lí wǒ tài yuǎn le   qí tā guó jiā de shì qing
小 雪：我 觉 得 那 些 事 情 都 离 我 太 远 了。其 他 国 家 的 事 情

wǒ jiù gèng bù guān xīn le
我 就 更 不 关 心 了。

Xiao Xue：I think those things are too far away from me. I don't care about
events in other countries.

xiǎo xuě mā   yě shì nǐ hái tài xiǎo bù dǒng shén me guó jiā dà shì
小 雪 妈：也 是，你 还 太 小，不 懂 什 么 国 家 大 事。

Mother：Well, yes. You're too young to understand national affairs.

xiǎo xuě   hái yǒu a   wǒ jué de xīn wén jié mù de zhǔ chí rén shí zài tài nán
小 雪：还 有 啊，我 觉 得 新 闻 节 目 的 主 持 人 实 在 太 难

kàn le
看 了。

Xiao Xue：And I think the news anchors are really ugly.

xiǎo xuě bà　hā ha　nǐ shì kàn xīn wén　hái shi kàn zhǔ chí rén a
小　雪爸:哈哈,你 是 看 新 闻 ,还 是 看 主 持 人 啊。

Father: Ha ha. You are watching the news, not anchors.

xiǎo xuě　tā men shuō huà tài yán sù le　nǎ xiàng　dòng wù shì jiè　de jiě shuō
小　雪:他 们 说 话 太 严 肃 了,哪 像 《 动 物 世 界》的 解 说

yuán shuō de nà me qīn qiè shēng dòng a
员 说 得 那 么 亲 切 生 动 啊。

Xiao Xue: The way they speak is so serious, unlike the presenters on *Animal World* who speak in such a friendly and vivid way.

xiǎo xuě bà　nà nǐ jiù dāng shì chī fàn de shí hou tīng ting guǎng bō ba　zhè ge shí
小　雪爸:那 你 就 当 是 吃 饭 的 时 候 听 听 广 播 吧,这 个 时

hou jī hū měi ge tái dōu shì xīn wén　yě méi shén me qí tā de jié mù
候 几 乎 每 个 台 都 是 新 闻 ,也 没 什 么 其 他 的 节 目。

děng chī wán le fàn　nǐ zài kàn bié de ba
等 吃 完 了 饭 ,你 再 看 别 的 吧。

Father: Then just think of it as listening to the radio at dinner time. At this time of the day almost every channel has the news and no other program.

You have to wait until after dinner to watch other programs.

xiǎo xuě　zhǐ hǎo zhè yàng le　bú guò wǒ jiù qí guài le　nǐ men zěn me nà me ài
小　雪:只 好 这 样 了。不 过 我 就 奇 怪 了,你 们 怎 么 那 么 爱

kàn xīn wén ne
看 新 闻 呢?

Xiao Xue: That's the only way. But I just wonder how come you love to watch the news.

xiǎo xuě mā　nǐ hái xiǎo　bù dǒng shì　shì jiè zhè me dà　měi tiān dōu fā shēng
小　雪妈:你 还 小 ,不 懂 事。世 界 这 么 大 ,每 天 都 发 生

yì xiē dà de shì qing　yǒu zhèng zhì shang de　jīng jì shang de
一 些 大 的 事 情 ,有 政 治 上 的、经 济 上 的、

shēng huó shang de   kàn diàn shì xīn wén shì zuì zhí jiē de liǎo jiě
生 活 上 的，看 电 视 新 闻 是 最 直 接 地 了 解

guó nèi hé guó wài dà shì de zuì hǎo de bàn fǎ le
国 内 和 国 外 大 事 的 最 好 的 办 法 了。

Mother：You are still young and don't understand. The world is so big, some

great events in politics, the economy and life take place every day.

Watching TV news is the most direct and best way to learn about

big events at home and abroad.

xiǎo xuě   ò   kàn lái wǒ yīng gāi duō guān xīn yí xià lou
小 雪：哦。看 来 我 应 该 多 关 心 一 下 喽。

Xiao Xue：Oh, it seems that I should pay more attention to it.

词汇 Vocabulary

新闻 xīn wén
news

关心 guān xīn
care, concern, pay attention to

大事 dà shì
great event

主持人 zhǔ chí rén
host, anchor

严肃 yán sù
serious, solemn

解说员 jiě shuō yuán
narrator, presenter

亲切 qīn qiè
kind, friendly

广播 guǎng bō
broadcast

奇怪 qí guài
strange

政治 zhèng zhì
politics

经济 jīng jì
economy

直接 zhí jiē
direct

办法 bàn fǎ
method

相关用语 Relevant Expressions

数字电视
shù zì diàn shì / digital TV

有线电视
yǒu xiàn diàn shì / cable TV

言情剧
yán qíng jù / soap opera

电视剧
diàn shì jù / TV series

访谈节目
fǎng tán jié mù / talk show

娱乐节目
yú lè jié mù / entertainment show

屏幕
píng mù / screen

语言文化小贴士 Language Tips

jì   yòu
1. 既…… 又 ……

表示两种情况都有。"既"是连词,通常与"且、又、也"这些副词搭配。如,她既漂亮又善良;这个既长且粗;这本书既好看,也不贵。

This indicates that two circumstances are included. The word "jì" is a conjunction often used with adverbs like "qiě, yòu" and "yě". For example, "tā jì piào liang yòu shàn liáng(She is both beautiful and kind.)"; "zhè ge jì cháng qiě cū (This is long and thick.)"; "zhè běn shū jì hǎo kàn yě bú guì (This book is not only interesting, but also inexpensive.)"

shuō de yě shì
2. …… 说 的也是

指某人说的有道理也可以说"这倒是"。

This indicates that what someone says is reasonable. You can also say, "zhè dào shì ." (That's right.)

应该换台新的，要高清晰的。

我觉得电视图像不是很清楚了。

● 练习 Exercises

1. 选择最合适的词汇或者短语填空。 Choose the right words or phrases to fill in the blanks.

1) 昨天晚上 ＿＿＿＿＿ 下起了大雨，我没有带伞，就打车回家了。
   a.虽然　　　　b.突然　　　　c.依然

2) 这件衣服 ＿＿＿ 合适，＿＿＿ 好看。
   a. 既……又　　　　b. 虽然……但是　　　　c. 不……又

3) 只要你付出了努力，就会有 ＿＿＿＿。
   a.收入　　　　b 收获　　　　c.收支

4) 这台晚会的 ＿＿＿＿＿ 非常幽默，经常让大家哈哈大笑。
   a. 解说员　　　　b.主持人　　　　c.裁判员

2. 用课文中的词汇填空。 Fill in blanks with words in the text.

1) 你 ＿＿＿＿＿ 别老犯错误呢?

2) 每个学生除了学习以外，也要多关心关心 ＿＿＿＿＿＿。

3) 每天的电视 ＿＿＿＿ 都很长，总是看的话会很耽误时间。

Dating 约会

● 必备用语 Key Expressions

wǒ míng tiān hé wǒ nán péng you yuē
我 明 天 和 我 男 朋 友 约

huì
会。

I'm going to have a date with my

boyfriend.

nǐ shén me shí hou jiāo de nán péng
你 什 么 时 候 交 的 男 朋

you a
友 啊?

When did you begin to have a

boyfriend?

hái méi lái de jí gào su nǐ ne
还 没 来 得 及 告 诉 你 呢。

Haven't had time to tell you.

jì zhù yào tì wǒ bǎo mì
记 住 要 替 我 保 密。

Remember to keep it a secret.

wǒ men zài gōng yuán lǐ tou jiàn
我 们 在 公 园 里 头 见

miàn
面 。

We'll meet at a park.

wǒ chí dào le   lù shang yǒu diǎn
我 迟 到 了,路 上 有 点

dǔ chē
堵 车。

I'm late due to a traffic jam.

xià bù wéi lì
下 不 为 例。

It won't happen again.

zěn me néng bú jì de ne
怎 么 能 不 记 得 呢?

How can I forget?

wǒ yuē nǐ qù dǎ qiú hǎo ma
我 约 你 去 打 球,好 吗?

I'll make an appointment with you

to go a ball game, OK?

zhōu wǔ zài lián xì ba
周 五 再 联 系 吧。

Let's get in touch on Friday.

Leisure Talk

1. 邀约 Making an Appointment

(Li Gang's sister Li Ping has a date with her boyfriend. She asks Zhang Lan to help her choose some clothes.)

lǐ píng sǎo zi   wǒ míng tiān hé wǒ nán péng you yuē huì   nín péi wǒ qù mǎi
李 萍：嫂 子，我 明 天 和 我 男 朋 友 约会，您 陪 我 去 买

liǎng shēn yī fu hǎo bu hǎo
两 身 衣 服 好 不 好？

Li Ping：Sister-in-law, I'm going to have a date with my boyfriend. Can you
accompany me to buy some clothes?

zhāng lán   nǐ shén me shí hou jiāo de nán péng you a   wǒ zěn me bù zhī dào a
张 兰：你 什 么 时 候 交 的 男 朋 友 啊？我 怎 么 不 知 道 啊？

Zhang Lan：When did you begin to have a boyfriend? How come I didn't
know?

lǐ píng gāng jiāo wǎng bù jiǔ   hái méi lái de jí gào su nǐ ne
李 萍：刚 交 往 不 久，还 没 来得及 告 诉你呢。

Li Ping：Just recently, and I haven't had time to tell you.

zhāng lán ò   nà zán mā zhī dào le ma
张 兰：哦，那 咱 妈 知 道 了 吗？

Zhang Lan：Oh? Does mother know?

lǐ píng bù zhī dào ne   wǒ xiǎng děng jiāo wǎng yí duàn hòu zài gào su tā
李 萍：不 知 道 呢，我 想 等 交 往 一 段 后 再 告 诉她。

jì zhù yào tì wǒ bǎo mì a
记 住 要 替 我 保 密 啊。

Li Ping：No, she doesn't. I think I'll tell her after I've known him for a
while. Remember to keep it a secret.

zhāng lán nà hǎo ba   nǐ xiǎng qù nǎr mǎi
张 兰：那 好 吧。你 想 去 哪 儿 买？

Zhang Lan：Alright. Where do you want to go shopping?

lǐ píng wǒ yě bù zhī dào nǐ shuō ba
李 萍：我 也 不 知 道。你 说 吧。

Li Ping: I don't know. You decide.

zhāng lán qí shí wǒ jué de nǐ de yī fu tǐng duō de le yě dōu tǐng hǎo kàn de
张 兰：其 实，我 觉 得 你 的 衣 服 挺 多 的 了，也 都 挺 好 看 的。

Zhang Lan: Actually I think you have plenty of clothes and they are really

beautiful.

lǐ píng nà nǐ kàn kan wǒ zhè jǐ shēn yī fu nǎ ge zuì hé shì
李 萍：那 你 看 看，我 这 几 身 衣 服 哪 个 最 合 适？

Li Ping: Then have a look and see which one out of these clothes fits

me the best.

zhāng lán chéng zhè jiàn yǒu diǎn tài àn le xiǎn de lǎo qì zhè jiàn lán sè de
张 兰：成 。这 件 有 点 太 暗 了，显 得 老 气。这 件 蓝 色 的

tào zhuāng hěn shì hé nǐ bú guò yǒu diǎn tài zhèng shì le nǐ men
套 装 很 适 合 你，不 过 有 点 太 正 式 了。你 们

rú guǒ yuē huì de dì diǎn shì zài dà jiǔ diàn nà chuān zhè tào yīng
如 果 约 会 的 地 点 是 在 大 酒 店，那 穿 这 套 应

gāi tǐng hé shì de
该 挺 合 适 的。

Zhang Lan: OK. This one is a bit too dark and makes you look older. This

· blue dress fits you perfectly but is a bit too formal. If your meeting

place is at a big hotel, then this set should be suitable.

lǐ píng wǒ men zài gōng yuán lǐ tou jiàn miàn
李 萍：我 们 在 公 园 里 头 见 面 。

Li Ping: We'll meet at a park.

zhāng lán nà jiù bù rú chuān zhè tào xiū xián zhuāng
张 兰：那 就 不 如 穿 这 套 休 闲 装 。

Zhang Lan: You'd better wear this casual clothes then.

lǐ píng wǒ chuān shàng nǐ kàn kan xíng ma
李萍：我 穿 上 你 看 看 行 吗？

Li Ping: Shall I put them on to let you see?

zhāng lán hǎo zài pèi shàng yì tiáo huó pō yì diǎn de xiàng liàn
张 兰：好。再 配 上 一 条 活泼一点 的 项 链。

Zhang Lan: OK. You'd better to wear a lively necklace to go with it.

lǐ píng nǐ kàn zěn me yàng
李萍：你 看 怎 么 样？

Li Ping: What do you think?

zhāng lán bú cuò tǐng hǎo de jiù chuān zhè shēn qù ba tīng wǒ de zhǔn
张 兰：不 错，挺 好 的。就 穿 这 身 去 吧。听 我 的 准
        méi cuò
        没 错。

Zhang Lan: Not bad, pretty good. Go with this one. Just listen to me and you
           won't regret.

词汇 Vocabulary

嫂子 sǎo zi
sister-in-law

交往 jiāo wǎng
date; go out with someone

替 tì
change for; replace

记住 jì zhù
remember; bear in mind

保密 bǎo mì
keep it a secret

其实 qí shí
actually

全 quán
full, complete

暗 àn
dark

显得 xiǎn de
look

老气 lǎo qì
old

套装 tào zhuāng
suit

大酒店 dà jiǔ diàn
big hotel

休闲装 xiū xián zhuāng	活泼 huó pō
casual clothes	lively
配 pèi	项链 xiàng liàn
match, go with	necklace

2. 在世界公园 At the World Park

(Li Ping waits anxiously at the gate of the World Park for her boyfriend Sun Wei.)

sūn wěi zhēn bù hǎo yì si wǒ chí dào le lù shang yǒu diǎn dǔ chē
孙 伟：真 不 好 意 思，我 迟 到 了，路 上 有 点 堵 车。

Sun Wei: Sorry, I'm late due to a traffic jam.

lǐ píng méi guān xi wǒ hái dàng nǐ bù lái le ne rén jia dōu shì nán de děng nǚ
李 萍：没 关 系，我 还 当 你 不 来 了 呢。人 家 都 是 男 的 等 女

　　　　de zán men zěn me dào guò lai le
　　　　的，咱 们 怎 么 倒 过 来 了。

Li Ping: That's alright, I thought you wouldn't come. Usually men wait for
　　　　women but we are just the opposite.

sūn wěi xià bù wéi lì wǒ xià cì yí dìng zhù yì
孙 伟：下 不 为 例，我 下 次 一 定 注 意。

Sun Wei: It won't happen again. I'll be careful next time.

lǐ píng zǒu ba
李 萍：走 吧。

Li Ping: Let's go.

sūn wěi wǒ qù mǎi mén piào nǐ děng yí xià zǒu zán men jìn qu ba
孙 伟：我 去 买 门 票，你 等 一 下 …… 走，咱 们 进 去 吧。

Sun Wei: I'll get the tickets, wait a moment. Come on, let's get in.

lǐ píng wǒ hái méi yǒu lái guo zhè ge gōng yuán ne nǐ lái guo ma
李萍：我 还 没 有 来 过 这 个 公 园 呢，你 来 过 吗？

Li Ping: I haven't been to this park before. Have you ever been here?

sūn wěi lái guo a zhè ge gōng yuán jiù shì bǎ shì jiè shang yì xiē bǐ jiào yǒu tè
孙伟：来 过 啊，这 个 公 园 就 是 把 世 界 上 一 些 比 较 有 特

sè de jǐng guān àn bǐ lì suō xiǎo bǐ rú āi jí de jīn zì tǎ měi guó de
色 的 景 观 按 比 例 缩 小 ，比 如，埃 及 的 金 字 塔，美 国 的

zì yóu nǚ shén xiàng děng děng
自 由 女 神 像 等 等 。

Sun Wei: Yes, I have. This park takes some characteristic sights of the world and scales them down. They have the pyramids of Egypt, the Statue of Liberty and so on.

lǐ píng nǐ hái jì de wǒ men tóu yí cì yuē huì zài nǎr ma
李 萍：你 还 记 得 我 们 头 一 次 约 会 在 哪 儿 吗？

Li Ping: Do you remember where we met for the first time?

sūn wěi zěn me néng bú jì de ne zài nà jiā jiào jīn sè shí guāng de kā fēi tīng
孙伟：怎 么 能 不 记 得 呢？在 那 家 叫 "金 色 时 光 "的 咖 啡 厅 。

Sun Wei: How can I forget? It was the Golden Time Cafe.

lǐ píng nà jiā kā fēi tīng shì yǐ qián wǒ gē hé wǒ sǎo zi yuē huì cháng qù de
李 萍：那 家 咖 啡 厅 是 以 前 我 哥 和 我 嫂 子 约 会 常 去 的

dì fang
地 方 。

Li Ping: That cafe is where my brother and sister-in-law used to date before.

sūn wěi shì ma wǒ shuō ne nǐ zěn me zhī dào nà ge dì fang de ya nǐ kě le
孙伟：是 吗？我 说 呢，你 怎 么 知 道 那 个 地 方 的 呀。你 渴 了

ba wǒ dài le kuàng quán shuǐ gěi nǐ
吧？我 带 了 矿 泉 水 ，给 你 。

Sun Wei: Really? I wondered how you knew that place. Are you thirsty? I brought some mineral water. Here you are.

lǐ píng   xiè xie   wǒ hái zhēn yǒu diǎn kě le
李 萍：谢 谢，我 还 真 有 点 渴 了。

Li Ping: Thanks. I'm a little thirsty now.

sūn wěi   zǒu   zán men cóng qián tou nà gè mén jìn qu   jiù néng kàn jiàn āi jí de
孙 伟：走，咱 们 从 前 头 那 个 门 进 去，就 能 看 见 埃 及 的

　　　　jīn zì tǎ le
　　　　金 字 塔 了。

Sun Wei: Come on, let's get in the gate ahead so we can see the pyramids.

词汇 Vocabulary

迟到 chí dào
late

下次 xià cì
next time

景观 jǐng guān
sight, view, scene

比例 bǐ lì
proportion, scale

缩小 suō xiǎo
decrease, reduce

埃及 āi jí
Egypt

金字塔 jīn zì tǎ
pyramid

自由女神像 zì yóu nǚ shén
xiàng
the Statue of Liberty

渴 kě
thirsty

矿泉水 kuàng quán shuǐ
mineral water

3. 满意的约会 A Satisfactory Appointment

(After enjoying themselves the whole day, both of them are tired.)

lǐ píng   zhēn méi xiǎng dào shì jiè gōng yuán lǐ tou hái yǒu huán jìng zhè me hǎo
李 萍：真 没 想 到 世 界 公 园 里 头 还 有 环 境 这 么 好

de cān tīng　wǒ zǒu yě zǒu lèi le　chī yě chī bǎo le　xiǎng huí jiā le
的　餐　厅。我　走 也 走 累 了，吃 也 吃 饱 了，想　回 家 了。

Li Ping：I didn't expect the World Park to have such a good restaurant inside.

I'm tired of walking and full after eating. It's time to go home.

sūn wěi　bù xiǎng zài guàng guang le　zán men zhǐ guàng le gōng yuán de sān
孙 伟：不 想 再　逛　逛 了？咱 们 只 逛 了 公 园 的 三

fēn zhī yī ne
分 之 一 呢。

Sun Wei：Don't you want to go on? We've only visited one third of the

park.

lǐ píng　bú guàng le　zhēn de yǒu diǎn lèi le　hǎo jiǔ méi zǒu zhè me cháng shí
李 萍：不　逛 了，真 的 有 点 累 了。好 久 没 走 这 么　长　时

jiān de lù le
间 的 路 了。

Li Ping：No, I'm really tired. I haven't walked so long for a long time.

sūn wěi　nà xià cì wǒ zài dài nǐ dào zhè li lái　kàn shèng xià de jǐng guān　xiàn
孙 伟：那 下 次 我 再 带 你 到 这 里 来，看　剩　下 的 景　观。现

zài zuò xià lai xiū xi huìr
在 坐 下 来 休 息 会 儿。

Sun Wei：Next time I'll take you here again to see the rest of the sights. Now

sit down and have a rest.

lǐ píng　hǎo a　zán men xiàn zài cóng nǎ ge mén chū qu lí chē zhàn bǐ jiào jìn
李 萍：好 啊。咱 们　现 在 从 哪 个 门 出 去 离 车 站 比 较 近？

Li Ping：OK. Which gate should we go out, the one that's nearest to the

bus station?

sūn wěi　xiàn zài zán men lí dōng mén zuì jìn le　gōng yuán lǐ tou méi yǒu chū
孙 伟：现 在 咱 们 离 东　门 最 近 了。公　园 里 头 没 有 出

zū chē　děng chū qù le wǒ dǎ chē sòng nǐ huí jiā
租 车，等　出 去 了 我 打 车　送 你 回 家。

Sun Wei：Now we're close to the East Gate. There are no taxis inside the park. I'll send you home by taxi after we get out.

lǐ píng   nǐ zhēn hǎo
李 萍 :你 真 好 。

Li Ping: You're very kind.

sūn wěi   yīng gāi de   bú guò   nǐ zǒu zhè me diǎn lù jiù lèi le   kě jiàn nǐ shì xū
孙 伟 :应 该 的。不 过 ,你 走 这 么 点 路 就 累 了 ,可 见 你 是 需

yào duō yùn dòng le
要 多 运 动 了 。

Sun Wei: My pleasure. However, you're tired after walking such a short

distance. That shows you need more exercise.

lǐ píng   nǐ shuō de hěn duì   wǒ shì gāi duō yùn dòng le
李 萍 :你 说 得 很 对 。我 是 该 多 运 动 了 。

Li Ping: You're quite right. I do need more exercise.

sūn wěi   xià cì nǐ shén me shí hou yǒu kòng   wǒ yuē nǐ qù dǎ qiú   hǎo ma
孙 伟 :下 次 你 什 么 时 候 有 空 ,我 约 你 去 打 球 ,好 吗 ?

Sun Wei: When are you free? I'll make an appointment with you to play a

ball game, OK?

lǐ píng   dǎ shén me qiú
李 萍 :打 什 么 球 ?

Li Ping: What ball game?

sūn wěi   pīng pāng qiú   yǔ máo qiú huò wǎng qiú   nǐ suí biàn tiāo
孙 伟 :乒 乓 球 、羽 毛 球 或 网 球 ,你 随 便 挑 。

Sun Wei: Table tennis, badminton or tennis. You choose whatever you like.

lǐ píng   dǎ yǔ máo qiú ba
李 萍 :打 羽 毛 球 吧 。

Li Ping: Badminton, then.

sūn wěi   xíng   jiù zhè me dìng le   xià zhōu liù xià wǔ zěn me yàng
孙 伟 :行 ,就 这 么 定 了 。下 周 六 下 午 怎 么 样 ?

Sun Wei: OK. That's settled. How about Saturday afternoon?

lǐ píng   zhōu wǔ zài lián xì ba
李 萍 ： 周 五 再 联 系 吧。

Li Ping: Let's get in touch on Friday.

sūn wěi   yě xíng   dào shí wǒ gěi nǐ dǎ diàn huà
孙 伟 ：也 行 。到 时 我 给 你 打 电 话 。

Sun Wei: Alright. I'll call you then.

词汇 Vocabulary

环境 huán jìng
environment

餐厅 cān tīng
restaurant

吃饱 chī bǎo
full; eat one's fill

剩下的 shèng xià de
the rest

休息 xiū xi
rest

车站 chē zhàn
station; bus stop

近 jìn
near

照顾 zhào gù
take care of

职责 zhí zé
duty

需要 xū yào
need

运动 yùn dòng
sport, physical activity

打球 dǎ qiú
play a ball game

乒乓球 pīng pāng qiú
table tennis

羽毛球 yǔ máo qiú
badminton

网球 wǎng qiú
tennis

联系 lián xì
contact

相关用语 Relevant Expressions

烛光晚餐
zhú guāng wǎn cān / candle
dinner

陌生
mò shēng / strange

害羞 hài xiū / shy	埋单 mái dān / pay the bill
破费 pò fèi / spend money	

语言文化小贴士
Language Tips

nán de   nǚ de
男的、女的

指男人或者女人,是口语中比较常用的说法。

This refers to the male and female and is often used in spoken Chinese
instead of "man" and "woman".

例:现在我们要分成两个组,男的一组,女的一组。

Now we'll divide into two teams, one for the men and another for
the women.

● 练习 Exercises

选择最合适的词汇或者短语填空。 Choose the right words or
phrases to fill in the blanks.

1. 我吃不了这么多菜,你也多吃点,_____ 咱们留着明天吃。

    a.吃了的　　　b.剩下的　　　c.没完的

2. 他们之间的 _____ 是从去年开始的,到现在也不过一年的时间。

    a. 交流　　　b.交往　　　c.交际

3. 北京经常 _____。

    a.堵门　　　b 堵车　　　c.堵路

4. 这位妈妈 _____ 起她的孩子来特别细心,一点都不烦躁。

    a. 照顾　　　b.照亮　　　c.照明

5. 大家不用 _____,时间还早着呢。

    a. 紧张　　　b. 急忙　　　c.重视

6. 我的 _____ 就是照顾好你。

    a. 职场　　　b.职位　　　c.职责

Taking a Walk 散步

● 必备用语 Key Expressions

zhè ge xí guàn kě bù hǎo
这个习惯可不好。

That's not a good habit.

duì shēn tǐ bù hǎo
对身体不好

bad for health

qù jiē xīn gōng yuán liù wānr qu
去街心公园遛弯儿去

go for a walk in the park at the street intersection

chū qu sàn sàn bù
出去散散步。

Take a walk outside.

sàn bù yǒu lì yú jiàn kāng
散步有利于健康。

Taking a walk is good for health.

yǎng chéng xí guàn
养成习惯

pick up a habit

qí tā yùn dòng dōu tài jù liè le
其他运动都太剧烈了。

Other exercises are too intense.

qí shí yóu yǒng yě shì yí xiàng bú cuò de yùn dòng
其实游泳也是一项不错的运动。

Actually swimming is also a good exercise.

wǒ kàn tā dōu yǒu xiē fā pàng le
我看他都有些发胖了。

I see he's putting on weight.

● 情景对话 Situational Dialogues

1. 饭后散步 Taking a Walk After Dinner

(After dinner)

xiǎo xuě mā xiǎo xuě nǐ yì chī wán fàn jiù kàn shū zhè ge xí guàn kě bù hǎo
小雪妈：小雪，你一吃完饭就看书，这个习惯可不好。

Mother: Xiao Xue, you read books right after dinner. That's not a good habit.

xiǎoxuěbà jiùshì a qǐ lai gēn nǐ māmachūqusànsànbù
小 雪 爸：就是 啊，起来，跟 你 妈妈 出去 散 散步。

Father: That's right. Come on. Take a walk outside with your mom.

xiǎoxuě nínbúshìràngwǒduōkànshūma
小 雪 ：您不是 让 我 多 看 书 吗？

Xue Xue: Don't you want me to read more books?

xiǎoxuěbà duōkànshū yěbúzàizhè yíhuìr a yàozhīdàogāngchībǎojiù
小 雪 爸：多 看 书也不在这 一 会 儿啊，要 知道 刚 吃 饱就

kànshūduìshēntǐbùhǎo
看 书对 身 体不好。

Father: Not for now. You know it's not good for your health to read right after meals.

xiǎoxuě nàhǎoba wǒhémāmaqùjiēxīngōngyuánliùwānr qu
小 雪 ：那 好 吧，我和妈妈去街心 公 园 遛 弯 儿去。

Xue Xue: OK. I'll go for a walk in the park at the street intersection with mom.

xiǎoxuěbà jiùshì xiǎngchībīngqílíndehuàjiùmǎi yígechī
小 雪 爸：就是，想 吃 冰 淇淋的话就买 一 个吃。

Father: Yes. You can buy an ice cream if you want.

xiǎoxuě hǎo a mǎiqiǎokèlìde
小 雪 ：好 啊，买 巧 克力的。

Xue Xue: Good. I'll buy a chocolate one.

xiǎoxuěmā nǐjiùzhīdàochī wǒmendōubǎnǐgěiguànchéngdàchánguǐle
小 雪 妈：你就知道吃，我 们 都 把你给 惯 成 大 馋 鬼了。

Mother: You only want to eat. We've made you a greedy little devil.

xiǎoxuě bàba nǐbúqùsànbùma
小 雪 ：爸爸，你不去 散步吗？

Xue Xue: Dad, are you going for a walk?

xiǎo xuě bà   wǒ yào xǐ wǎn   shōu shi zhuō zi   nǐ men qù ba   xià cì bà ba zài
小 雪 爸：我 要 洗 碗 、收 拾 桌 子，你 们 去 吧。下 次 爸 爸 再
　　　　hé nǐ men yì qǐ qù
　　　　和 你 们 一 起 去。

Father：I'll do some washing-up and clean the table. You go ahead, I'll go
　　　　with you next time.

xiǎo xuě   nà wǒ men zǒu le   bài bài
小 雪：那 我 们 走 了。拜 拜。

Xue Xue：Well, we're off then. Bye.

xiǎo xuě mā   yào bu wǒ men zài jiē xīn gōng yuán děng nǐ ba   zěn me yàng   nǐ
小 雪 妈：要 不 我 们 在 街 心 公 园 等 你 吧？怎 么 样 ？你
　　　　gān wán huó lái zhǎo wǒ men
　　　　干 完 活 来 找 我 们 。

Mother：What about waiting for you at the park? You can look for us after
　　　　you finish your work.

xiǎo xuě bà   yě chéng   bié ràng tā pǎo lái pǎo qù de   gāng chī wán fàn bù
小 雪 爸：也 成 。别 让 她 跑 来 跑 去 的， 刚 吃 完 饭 不
　　　　néng pǎo
　　　　能 跑 。

Father：OK. Don't let her run around. It's best not to run after dinner.

xiǎo xuě mā   ǹg   zhī dào le
小 雪 妈：嗯，知 道 了。

Mother：OK. I know.

词汇 Vocabulary

看书 kàn shū
read

散步 sàn bù
take a walk

习惯 xí guàn
habit; be used to

遛弯儿 liù wānr
take a walk

冰淇淋　bīng qí lín
ice cream

惯　guàn
spoil, indulge

馋鬼　chán guǐ
greedy devil

洗碗　xǐ wǎn
washing up

桌子　zhuō zi
table

街心公园　jiē xīn gōng yuán
garden or park at a street
intersection

2. 在街心公园 At the Park

(Xiao Xue and her mother arrive at the park and wait for dad.)

xiǎo xuě mā　xiǎo xuě　gāng cái nǐ bà ba zhǔ fu guò nǐ　bú yào pǎo　nǐ zěn me
小　雪 妈：小　雪 ，刚　才 你 爸 爸 嘱 咐 过 你，不 要　跑 ，你 怎 么
háipǎo a
还 跑 啊。

Mother : Xiao Xue, your dad told you not to run just now. How come you still
run?

xiǎo xuě　mā ma　wèi shén me nǐ píng shí yì chī wán fàn jiù sàn bù ne
小　雪 ：妈 妈，为 什 么 你 平 时 一 吃 完 饭 就 散 步 呢?

Xue Xue : Mom, why do you often take a walk right after dinner?

xiǎo xuě mā　nǐ méi tīng shuō guo yí jù yàn yǔ ma　fàn hòu bǎi bù zǒu　huó
小　雪 妈：你 没 听 说 过 一 句 谚 语 吗？"饭 后 百 步 走 ，活
dào jiǔ shí jiǔ　jiù shì shuō　fàn hòu sǎn bù yǒu lì yú jiàn kāng
到 九 十 九。"就 是 说，饭 后 散 步 有 利 于 健 康，
kě yǐ cháng shòu　nǐ lǎo lao zài wǒ xiǎo shí hou jiù jiāo wǒ yǎng
可 以 长　寿 。你 姥 姥 在 我 小 时 候 就 教 我 养
chéng le zhè ge xí guàn
成 了 这 个 习 惯 。

136

Mother： Haven't you heard the proverb "You'll live to 99 years old if you walk 100 steps after meals"? That means taking a walk after meals is good for health. It can help people live a long time. I picked up this habit from your grandma when I was a little girl.

xiǎo xuě　nà wèi shén me sàn bù yǒu lì yú jiàn kāng ne
小　雪：那 为 什 么 散 步 有 利 于 健　康 呢?

Xue Xue： Why is taking a walk good for health?

xiǎo xuě mā　nǐ kàn　gāng chī wán fàn shì bú shì yú jù liè yùn dòng de　yīn wèi
小　雪 妈：你 看，刚 吃 完 饭 是 不 适 于 剧 烈 运　动 的，因 为
wèi li dōu shì gāng chī de shí wù　rú guǒ jù liè yùn dòng huì yǐn qǐ
胃 里 都 是 刚　吃 的 食 物，如 果 剧 烈 运　动 会 引 起
xiāo huà bù liáng　shèn zhì huì ǒu tù
消 化 不 良，甚 至 会 呕 吐。

Mother： Look, it's not good for people to take intense exercise right after dinner because your stomach is full of food. If you take exercise too hard it may cause indigestion or even make you throw up.

xiǎo xuě　nà wèi shén me nǐ yě bú ràng wǒ kàn shū ne
小　雪：那 为 什 么 你 也 不 让 我 看 书 呢?

Xue Xue： Why don't you let me read books?

xiǎo xuě mā　gāng chī bǎo de shí hou xuè yè jí zhōng dào wèi bù lái bāng zhù
小　雪 妈：刚 吃 饱 的 时 候 血 液 集 中　到 胃 部 来 帮 助
xiāo huà　rú guǒ nǐ kàn shū de huà　xuè yè jiù huì pǎo dào dà nǎo
消 化，如 果 你 看 书 的 话，血 液 就 会 跑 到 大 脑
nà li　wèi jiù méi yǒu zú gòu de xuè yè lái jìn xíng xiāo huà xī
那 里，胃 就 没 有 足 够 的 血 液 来 进 行 消 化 吸
shōu le
收 了。

Mother： When you are full, all the blood gathers in your stomach to help digestion. If you read books, the blood will flow to your brain, so your stomach doesn't have enough blood to digest and absorb.

xiǎo xuě　hái yǒu zhè me duō jiǎng jiu ne
小 雪：还 有 这 么 多 讲 究 呢!

Xue Xue：There are so many things to pay attention to.

xiǎo xuě mā　ér sàn bù ne　yùn dòng liàng bú dà　duì shēn tǐ hái yǒu hǎo chù
小 雪 妈：而 散 步 呢，运 动 量 不 大，对 身 体 还 有 好 处。

mā mā huái yùn de shí hou　yùn dòng liàng dà de dōu bú shì hé zuò
妈 妈 怀 孕 的 时 候，运 动 量 大 的 都 不 适 合 做，

zhǐ yǒu sàn bù zuì shì hé le
只 有 散 步 最 适 合 了。

Mother：When taking a walk, the effort is not much and it's good for health. When I was pregnant, I didn't do any exercise except for walking.

xiǎo xuě　shì yīn wèi qí tā yùn dòng dōu tài jù liè le　duì xiǎo bǎo bao bù
小 雪：是 因 为 其 他 运 动 都 太 剧 烈 了，对 小 宝 宝 不

hǎo ma
好 吗?

Xue Xue：Is that because other exercises are too intense and not good for the baby?

xiǎo xuě mā　nǐ kě zhēn cōng míng　qí shí yóu yǒng yě shì yí xiàng bú cuò de
小 雪 妈：你 可 真 聪 明。其 实 游 泳 也 是 一 项 不 错 的

yùn dòng　bù guò mā ma hái shi xǐ huan sàn bù　yì zhí jiān chí xià
运 动。不 过 妈 妈 还 是 喜 欢 散 步，一 直 坚 持 下

lai　nǐ qiáo　nǐ shēng xià lai jiù hěn jiàn kāng　hé mā ma yí yàng
来。你 瞧，你 生 下 来 就 很 健 康，和 妈 妈 一 样

jiàn kāng ne
健 康 呢。

Mother：You are so clever. Actually swimming is also a good exercise but I like walking more, so I keep doing it. You were very healthy when you were born, as healthy as me.

xiǎo xuě　nà wǒ yǐ hòu yě jiān chí fàn hòu sàn bù ba　měi tiān dōu péi zhe nín
小 雪：那 我 以 后 也 坚 持 饭 后 散 步 吧，每 天 都 陪 着 您。

Xue Xue：Well, I'll stick to taking a walk after dinner from now on and keep you company every day.

xiǎoxuě mā hǎo a
小 雪 妈：好 啊。

Mother: That's good

词汇 Vocabulary

嘱咐 zhǔ fu
tell, order

谚语 yàn yǔ
proverb

有利 yǒu lì
favorable

健康 jiàn kāng
health

长寿 cháng shòu
long life; longevity

姥姥 lǎo lao
maternal grandmother

剧烈 jù liè
intense, fierce

胃 wèi
stomach

食物 shí wù
food

引起 yǐn qǐ
cause

消化不良 xiāo huà bù liáng
indigestion

呕吐 ǒu tù
throw up, vomit

血液 xuè yè
blood

集中 jí zhōng
concentrate, centralize

消化 xiāo huà
digest

大脑 dà nǎo
brain

吸收 xī shōu
absorb

讲究 jiǎng jiu
pay attention to; care

运动量 yùn dòng liàng
intensity; amount of exercise

怀孕
huái yùn / pregnant

游泳
yóu yǒng / swimming

坚持 jiān chí
insist on, stick to

3. 和爸爸一起散步 Taking a Walk with Dad

(At this moment, Xiao Xue's father comes.)

xiǎo xuě mā ma kuài kàn wǒ bà ba lái le
小 雪：妈 妈 快 看，我 爸 爸 来 了。

Xue Xue：Mother, look. Dad's coming.

xiǎo xuě mā hāi wǒ men zài zhèr
小 雪 妈：咳，我 们 在 这 儿。

Mother：Hi, we're here.

xiǎo xuě bà nǐ men zǒu de zhè me yuǎn le   wǒ gāng cái kàn jiàn yǒu hǎo duō
小 雪 爸：你 们 走 得 这 么 远 了，我 刚 才 看 见 有 好 多

xiǎo hái zi zài wán   hái yǐ wéi xiǎo xuě hé tā men wán ne
小 孩 子 在 玩，还 以 为 小 雪 和 他 们 玩 呢。

Father：You've walked too far. I saw many kids playing just now and
thought Xiao Xue was with them.

xiǎo xuě mā méi yǒu xiǎo xuě péi wǒ ne
小 雪 妈：没 有，小 雪 陪 我 呢。

Mother：No, Xiao Xue is with me.

xiǎo xuě bà chī bīng qí lín le ma xiàn zài kě yǐ chī bīng qí lín le
小 雪 爸：吃 冰 淇 淋 了 吗？现 在 可 以 吃 冰 淇 淋 了。

Father：Have you had an ice cream? You can have one now.

xiǎo xuě shì ma wǒ xiǎng chī yāo guǒ suì qiǎo kè lì de
小 雪：是 吗？我 想 吃 腰 果 碎 巧 克 力 的。

Xue Xue：Really? I want to have a chocolate one with crushed cashews.

xiǎo xuě bà méi wèn tí nǐ chī shén me
小 雪 爸：没 问 题。你 吃 什 么？

Father：No problem. What would you like?

xiǎo xuě mā wǒ chī xiāng cǎo de
小 雪 妈：我 吃 香 草 的。

Mother：I'd like a vanilla one.

xiǎo xuě bà　děng wǒ yí xià　wǒ qù mǎi
小　雪 爸：等　我 一 下，我 去 买 。

Father：Wait a second. I'll buy them.

xiǎo xuě　mā ma　nà yǐ hòu zán men fàn hòu sàn bù yě jiào zhe bà ba ba　wǒ kàn
小　雪：妈 妈，那 以 后 咱 们 饭 后 散 步 也 叫 着 爸 爸 吧，我 看

　　　　　tā dōu yǒu xiē fā pàng le
　　　　　他 都 有 些 发 胖 了。

Xue Xue：Mom, let's take dad with us. I see he's putting on weight.

xiǎo xuě mā　wǒ sàn bù shí jīng cháng jiào tā　kě shì tā zǒng shì zài máng　jīn
小　雪 妈：我 散 步 时 经　常　叫 他，可 是 他 总 是 在 忙 。今

　　　　　tiān yào bu shì zhōu mò　tā cái bú huì péi wǒ men sǎn bù ne
　　　　　天　要 不 是 周　末，他 才 不 会 陪 我 们　散 步 呢。

Mother：I often ask him to go with me while I take a walk, but he is always
　　　　busy. If today weren't the weekend he wouldn't walk with us.

词汇 Vocabulary

巧克力　qiǎo kè lì
chocolate

味　wèi
flavor

发胖　fā pàng
gain weight,
be out of shape

相关用语 Relevant Expressions

边走边聊
biān zǒu biān liáo / walk while
chatting

慢走
màn zǒu / walk slowly

溜达
liū da / go for a walk, stroll

出去走走
chū qù zǒu zou / go for a walk

聊天
liáo tiān / chat

有益健康
yǒu yì jiàn kāng / good for
health

语言文化小贴士
Language Tips

liù wānr
1. 遛 弯 儿

指散步。早上散步就叫"遛早儿",但千万不要把晚上散步说成"遛晚儿",因为没有这种说法。

This means going for a walk. Going for a walk in the morning is called "liù zǎor". But never say going for a walk in the evening as "liù wānr" because there is no such expression.

lǎo lao   nǎi nai
2. 姥 姥 / 奶 奶

中国人称妈妈的妈妈为"姥姥",爸爸的妈妈为"奶奶"。

Chinese people call their mother's mother "lǎo lao" and their father's mother "nǎi nai".

● 练习 **Exercises**

1. 选择最合适的词汇或者短语填空。 Choose the right words or phrases to fill in the blanks.

1）我们要从小培养孩子良好的学习 _____。

    a.目的   b. 习惯   c.动机

2）小雪出门前, 爸爸 _____ 她一定要注意安全。

    a. 嘱咐   b.嘱托   c.遗嘱

3）吃黄油最容易 _____ 了。

    a.发疯   b 发胖   c.发狂

4）为了 _____ 误会, 我们最好跟他们事先说清楚这件事。

    a. 避免   b.免除   c.除去

5）我看他都有些 _____ 了。

    a. 发胖   b 发生   c.胖瘦

6）他才没有空 _____ 我们散步呢。

    a. 带   b. 陪   c. 领

2. 用课文中的词汇填空。 Fill in blanks below with words in the texts.

    我每天晚饭吃得很多, 睡得也很晚。昨天医生告诉我, 这个 _____ 不好。我应该多做 _____, 最好每天晚饭后能去 _____, 这样有利于健康。

美容美发
Hairdressing and Facial Care

UNIT 13

● 必备用语 Key Expressions

qù zuò tóu fa
去 做 头 发
go to get a hairdo

nǐ de tóu fa yě shì gāi xiū xiu le
你的头发也是 该 修 修 了。
Your hair needs trimming.

tàng yí xià zài rǎn diǎn yán sè
烫 一下再 染 点 颜 色
have it curled and dyed

nǐ pí fū bái hēi
你皮肤白/黑。
Your skin is fair (dark).

tè qīng chūn
特 青 春
very young

xiǎn lǎo
显 老
look old

yǒu qī zhé de yōu huì
有 七折的 优 惠
get a 30 percent off

zuò měi róng
做 美 容
get facial care

zuò pí fū hù lǐ
做 皮 肤 护 理
get some skin care

zhè ge fà xíng hěn shì hé wǒ
这个 发 型 很 适 合 我。
This hairstyle suits me perfectly.

● 情景对话 Situational Dialogues

1. 美容 Facial Care

(Zhang Lan and her husband Li Gang are talking about beauty treatments and hairdressing.)

zhāng lán   zhōu liù wǒ yuē le péng you yì qǐ qù zuò tóu fa   jiù bù péi nǐ hé xiǎo
张 兰：周 六我 约了 朋 友 一 起去 做 头 发,就不陪你和 小

xuě le
雪 了。

Zhang Lan：I'll go get my hair done with a friend on Saturday, so I can't
keep you and Xiao Xue company.

lǐ gāng   chéng   nǐ de tóu fa yě shì gāi xiū xiu le
李 刚 ：成 ，你的 头 发 也 是 该 修 修 了。

Li Gang：OK. Your hair needs trimming.

zhāng lán   wǒ xiǎng qù tàng yí xià   shùn biàn zài rǎn diǎn yán sè   nǐ shuō wǒ
张 兰：我 想 去 烫 一 下 ，顺 便 再 染 点 颜 色，你 说 我

shì hé rǎn shén me yán sè de a
适 合 染 什 么 颜 色 的 啊？

Zhang Lan：I want to have it curled and dyed. Which color do you think
would suit me?

lǐ gāng   nǐ pí fū bái   rǎn shén me yán sè dōu hǎo kàn
李 刚 ：你 皮 肤 白 ，染 什 么 颜 色 都 好 看 。

Li Gang：Your skin is fair, so any color will do.

zhāng lán   hē he   nǐ yòu pāi wǒ de mǎ pì
张 兰：呵 呵，你 又 拍 我 的 马 屁。

Zhang Lan：Ha ha, you are flattering me.

lǐ gāng   wǒ shuō zhēn de bú guò wǒ hái shi xǐ huan nǐ liú cháng fà de yàng zi
李 刚 ：我 说 真 的。不 过 我 还 是 喜 欢 你 留 长 发 的 样 子，

xiǎn de tè qīng chūn
显 得 特 青 春 。

Li Gang：I mean it. But anyway I like you with long hair, it makes you look
very young.

zhāng lán   āi   wǒ tóu fa dōu kāi chà le   shùn biàn yě qù bǎo yǎng bǎo yǎng ba
张 兰：唉，我 头 发 都 开 叉 了，顺 便 也 去 保 养 保 养 吧。

Zhang Lan：Well, I have split ends. I'll get some treatment as well.

lǐ gāng   nà nǐ shàng wǔ qù ba   yì bān zhōu mò xià wǔ dào wǎn shang měi róng
李 刚 ：那 你 上 午 去 吧，一 般 周 末 下 午 到 晚 上 美 容

yuàn de rén dōu tè bié duō nǐ men qù na jiā měi róng yuàn a
院 的 人 都 特 别 多 。你 们 去 哪 家 美 容 院 啊？

Li Gang： You can go in the morning. There are usually lots of people at the
beauty salon from the afternoon to evening at weekends. Which
salon are you going to?

zhāng lán jiù qù wǒ men gōng sī páng biān de nà jiā wǒ men dōu bàn le kǎ
张 兰： 就 去 我 们 公 司 旁 边 的 那 家，我 们 都 办 了 卡，
yǒu qī zhé de yōu huì ne
有 七 折 的 优 惠 呢。

Zhang Lan： We'll go to the one right beside our office. We have registered as
card members, which will get us 30 percent off.

lǐ gāng chéng nǐ bú yòng zháo jí huí lai shùn biàn hé nǐ de péng you yì qǐ
李 刚： 成 ，你 不 用 着 急 回 来，顺 便 和 你 的 朋 友 一 起
zuò ge měi róng ba
做 个 美 容 吧。

Li Gang： OK. You don't need to hurry back, you can also get a facial with
your friend.

zhāng lán shì a yīng gāi zuò zuo nǐ kàn wǒ de yǎn jiǎo de zhòu wén duō
张 兰： 是 啊，应 该 做 做 。你 看 我 的 眼 角 的 皱 纹 多
míng xiǎn
明 显 。

Zhang Lan： Yes, I should do that. Look at the wrinkles at the corner of my
eyes, so obvious.

lǐ gāng zán men dōu lǎo le ma xiǎo xuě dōu kuài shàng chū zhōng le zán
李 刚： 咱 们 都 老 了 嘛，小 雪 都 快 上 初 中 了，咱
men hái néng bù xiǎn lǎo a
们 还 能 不 显 老 啊？

Li Gang： We're not young anymore. Xiao Xue is going to junior high school
soon. How could we not look older?

zhāng lán yě shì a suǒ yǐ wǒ yǐ hòu yào jiān chí zuò měi róng
张 兰： 也 是 啊。所 以 我 以 后 要 坚 持 做 美 容 。

Zhang Lan： That's right. So I'll keep on getting facials from now on.

词汇 Vocabulary

做头发 zuò tóu fa do hair	**保养** bǎo... maintain, take ...
修 xiū trim	**美容院** měi róng yuà... beauty salon
烫发 tàng fà curl hair	**卡** kǎ card
染发 rǎn fà dye hair	**优惠** yōu huì discount
皮肤 pí fū skin	**眼角** yǎn jiǎo corner of the eye
拍马屁 pāi mǎ pì flatter, fawn	**皱纹** zhòu wén wrinkle
直发 zhí fà straight hair	**明显** míng xiǎn obvious, distinct
青春 qīng chūn youth; young	**坚持** jiān chí insist on, keep on, stick to
开叉 kāi chà split ends	

2. 美容院 At the Beauty Salon

(Zhang Lan and her friend Xiao Zhang go to a beauty salon.)

zhāng lán　xiǎo zhāng a　běn lái zán men shuō xiān zuò tóu fa de　kě shì wǒ pà
张　兰：小　张　啊，本　来　咱　们　说　先　做　头　发　的，可是我怕

zuò wán tóu fa zài zuò měi róng huì pò huài gāng zuò hǎo de fà xíng
做　完　头　发　再　做　美　容　会　破　坏　刚　做　好　的　发　型。

bù rú zán men xiān zuò měi róng ba
不　如　咱　们　先　做　美　容　吧。

Zhang Lan：Xiao Zhang, We decided to get a hairdo first but I'm afraid that a facial after will ruin the hairstyle. It would be better to get the facial first.

xiǎo zhāng　yě xíng　bú guò wǒ dǎ diàn huà de shí hou méi yǒu yuē měi róng shī
小　张：也 行。不 过 我 打 电 话 的 时 候 没 有 约 美 容 师。

Xiao Zhang：That's OK, but I didn't call the beautician to make an appointment.

zhāng lán　nà zhè yàng ba　zán men qù le zài shuō　rú guǒ měi róng shī xián de
张　兰：那 这 样 吧，咱 们 去 了 再 说，如 果 美 容 师 闲 的
huà　zán men jiù xiān zuò měi róng　hòu jiǎn tóu fa　rú guǒ měi róng
话，咱 们 就 先 做 美 容，后 剪 头 发，如 果 美 容
shī máng　zán men jiù bú zuò měi róng le　xià zhōu zài shuō　nǐ kàn
师 忙，咱 们 就 不 做 美 容 了，下 周 再 说，你 看
chéng ma
成 吗？

Zhang Lan：In that case we just go there. If the beautician is free we'll get a facial first then a hairdo. If she's busy we won't get a facial till next week. What do you think?

xiǎo zhāng　méi wèn tí　jiù zhè me bàn
小　张：没 问 题，就 这 么 办。

Xiao Zhang：No problem. Let's do that.

(The two of them arrive at the beauty salon.)
fú wù rén yuán　èr wèi hǎo　shì zuò měi róng hái shi zuò tóu fa
服 务 人 员：二 位 好，是 做 美 容 还 是 做 头 发？

Attendant：Hello, ladies. Are you here for facial care or hairdressing?

zhāng lán　wǒ men xiǎng xiān zuò měi róng　dàn shì méi yǒu yù yuē　nín kàn wǒ
张　兰：我 们 想 先 做 美 容，但 是 没 有 预 约，您 看 我
men xiàn zài néng zuò ma
们 现 在 能 做 吗？

Zhang Lan：We'd like to get a facial first but we haven't made an appointment. Do you think we can have one now?

fú wù rén yuán qǐng shāo děng yí xià   wǒ gěi nǐ men chá yí xià měi róng shī shì
服 务 人 员：请 稍 等 一 下，我 给 你 们 查 一 下 美 容 师 是

fǒu yǒu kòng
否 有 空 。

Attendant：Please wait a moment. Let me check the beautician is free or not.

xiǎo zhāng xiè xie
小 张 ：谢 谢。

Xiao Zhang：Thank you.

fú wù rén yuán bú kè qi zhèng hǎo měi róng shī yǒu kòng néng gòu wèi liǎng
服 务 人 员：不 客 气。正 好，美 容 师 有 空，能 够 为 两

wèi fú wù   qǐng gēn wǒ dào měi róng shì lái
位 服 务。请 跟 我 到 美 容 室 来。

Attendant：You're welcome. The beautician happens to have time and can
serve you two. Please follow me to the beauty room.

zhāng lán tài hǎo le xiè xie
张 兰：太 好 了，谢 谢。

Zhang Lan：Great. Thanks.

xiǎo zhāng   yùn qi bú cuò a
小 张 ：运 气 不 错 啊。

Xiao Zhang：We're lucky.

fú wù rén yuán bú guò xià cì lái zuò měi róng zuì hǎo hái shi néng gòu yù yuē yí
服 务 人 员：不 过，下 次 来 做 美 容 最 好 还 是 能 够 预 约 一

xià yīn wèi wǒ men de kè rén hěn duō huì xiān zhào gù yù yuē
下，因 为 我 们 的 客 人 很 多，会 先 照 顾 预 约

de kè rén
的 客 人 。

Attendant：Next time you'd better make an appointment if coming for facial
care, as we have a lot of customers and give preference to those
who have made an appointment.

zhāng lán zhī dào le wǒ men xià cì yí dìng zhù yì
张 兰：知 道 了，我 们 下 次 一 定 注 意。

Zhang Lan：I see. We'll remember that next time.

词汇 Vocabulary

做美容 zuò měi róng get facial care	**剪** jiǎn cut
破坏 pò huài destroy, ruin	**美容室** měi róng shì beauty room
发型 fà xíng hairstyle	**运气** yùn qi luck
美容师 měi róng shī beautician	**预约** yù yuē make an appointment
闲 xián free, idle	**客人** kè rén guest, customer

3. 讨论发型 Talking About Hairstyles

zhāng lán qīn ài de   kàn wǒ de fà xíng zěn me yàng
张 兰：亲爱的，看 我 的 发 型 怎 么 样？

Zhang Lan: Darling, what do you think of my hairstyle?

lǐ gāng zhēn bù gǎn rèn le   jiǎn zhí huàn le ge rén shì de
李 刚：真 不 敢 认 了，简 直 换 了 个 人 似 的。

Li Gang: I can hardly recognize you. It seems you have changed into another

person.

zhāng lán hē he   xiǎo zhāng shuō zhè ge fà xíng hěn shì hé wǒ wǒ men hái zuò
张 兰：呵呵，小 张 说 这 个 发 型 很 适 合 我。我 们 还 做

le pí fū hù lǐ nǐ kàn wǒ de pí fū yǒu méi yǒu hǎo yì diǎn
了 皮 肤 护 理，你 看 我 的 皮 肤 有 没 有 好 一 点？

Zhang Lan: Ha ha. Xiao Zhang thinks this hairstyle suits me perfectly. We

also got some skin care. Don't you think my skin look better

now?

lǐ gāng kàn bú tài chū lai rén jia dōu shuō měi róng děi jiān chí zuò ǒu ěr zuò
李 刚 ：看 不 太 出 来。人 家 都 说 美 容 得 坚 持 做，偶 尔 做

　　　yí cì bù guǎn yòng de
　　　一 次 不 管 用 的。

Li Gang: It is not so obvious. People say you should keep on getting facial

　　　care. It's of no use if you do it only once in a while.

zhāng lán shuō de yě shì fǎn zhèng wǒ men yǐ jīng bàn le kǎ wǒ yǐ hòu jiù huì
张 兰 ：说 的 也 是。反 正 我 们 已 经 办 了 卡，我 以 后 就 会

　　　jīng cháng qù zuò
　　　经 常 去 做。

Zhang Lan: That's true. Anyway, we've registered as card members so I

　　　can do it regularly.

lǐ gāng jiù shì xiàn zài de nǚ rén dōu tè zhī dào bǎo yǎng zì jǐ zài shuō zuò
李 刚 ：就 是，现 在 的 女 人 都 特 知 道 保 养 自 己。再 说 ，做

　　　yí cì huā qián yě bù duō néng chéng shòu de qǐ
　　　一 次，花 钱 也 不 多，能 承 受 得 起。

Li Gang: Yes. Nowadays women all know how to take care of themselves.

　　　Besides it doesn't cost much, quite affordable.

zhāng lán shì a yǐ qián dāng xué sheng de shí hou jiù yòng pián yi de hù fū
张 兰 ：是 啊，以 前 当 学 生 的 时 候，就 用 便 宜 的 护 肤

　　　pǐn jiǎn tóu fa yě dōu shì qù nà xiē xiǎo fà láng bù gǎn duō huā
　　　品，剪 头 发 也 都 是 去 那 些 小 发 廊，不 敢 多 花

　　　qián rú jīn shì huā qián bǎo qīng chūn le
　　　钱 。如 今 是 花 钱 保 青 春 了。

Zhang Lan: That's right. When I was a student I could only afford cheap

　　　facial products and go to small hairdressers. I dared not spend

　　　too much money. Now I have to spend money to look younger.

lǐ gāng shì zhè ge lǐr nǐ kàn nǐ zhè ge fà xíng suī rán bú xiàng yǐ qián nà
李 刚 ：是 这 个 理 儿。你 看 你 这 个 发 型，虽 然 不 像 以 前 那

me nián qīng dàn yǒu chéng shú nǚ rén de mèi lì měi ge nián líng
么 年 轻 ，但 有 成 熟 女 人 的 魅 力 ，每 个 年 龄

duàn dōu yǒu bù tóng de yōu diǎn
段 都 有 不 同 的 优 点 。

Li Gang： That's true. Look at your hairstyle. Although you don't look as

young as you were before, you are charming as a mature woman.

Each age has its charm.

zhāng lán zhè shì měi fà shī tè dì bāng wǒ shè jì de fà xíng tā shuō yóu yú wǒ
张 兰：这 是 美 发 师 特 地 帮 我 设 计 的 发 型 。他 说 由 于 我

liǎn kuān suǒ yǐ yòng bō làng de cháng fà dǎng zài ěr biān lái tū
脸 宽 ，所 以 用 波 浪 的 长 发 挡 在 耳 边 ，来 突

chū wǒ de yōu diǎn zěn me yàng hái gòu zhuān yè de ba
出 我 的 优 点 。怎 么 样 ，还 够 专 业 的 吧？

Zhang Lan： My hairdresser designed it especially for me. He said my face is

large, long curled hair at the sides look nice. What do you think?

It's very professional, isn't it?

lǐ gāng ng xià cì wǒ jiǎn tóu fa yě qù zhǎo tā
李 刚 ：嗯，下 次 我 剪 头 发 也 去 找 他 。

Li Gang： Yeah, next time I will go to him for a haircut.

zhāng lán hǎo a nà wǒ jiù bú yòng yuē bié rén le yǐ hòu nǐ qù jiǎn tóu fa
张 兰：好 啊，那 我 就 不 用 约 别 人 了，以 后 ，你 去 剪 头 发

wǒ qù zuò měi róng rán hòu zán men yì qǐ huí jiā duō hǎo
我 去 做 美 容 ，然 后 咱 们 一 起 回 家 ，多 好 。

Zhang Lan： Good. I then won't need go with someone else. Next time you

have your hair cut and get a facial, then we'll come back home

together. Isn't that good?

lǐ gāng zhè zhǔ yi bú cuò
李 刚 ：这 主 意 不 错 。

Li Gang： That's a good idea.

Unit 13 Hairdressing and Facial Care

词汇 Vocabulary

简直 jiǎn zhí
simply

护理 hù lǐ
care, tend

偶尔 ǒu ěr
once in a while; occasional

承受得起 chéng shòu de qǐ
stand, afford

护肤品 hù fū pǐn
skin care product / cosmetics

发廊 fà láng
hair salon

成熟 chéng shú
mature

魅力 mèi lì
charm

年龄段 nián líng duàn
age period

优点 yōu diǎn
advantage, strong point

波浪 bō làng
wave, curl

长发 cháng fà
long hair

挡 dǎng
block

突出 tū chū
stand out, show off, stick out

专业 zhuān yè
profession; professional

相关用语 Relevant Expressions

美容美发厅
měi róng měi fà tīng / beauty
salon

化妆品
huà zhuāng pǐn / cosmetics,
make-up

剪发(理发) jiǎn fà / lǐ fà
haircut

洗发(洗头) xǐ fà / xǐ tóu /
wash hair

洗发水
xǐ fà shuǐ /
shampoo

吹头发
chuī tóu fa / dry hair

要什么样子?
yào shén me yàng zi / Which
style do you prefer?

脸型
liǎn xíng / shape of face

153

Leisure Talk

挑染
tiǎo rǎn / highlight

护发
hù fà / hair care

护发素
hù fà sù / hair conditioner

焗油 jú yóu
treat hair with cream

焗油膏
jú yóu gāo / hair treatment cream

语言文化小贴士
Language Tips

pāi mǎ pì
拍马屁

 指奉承,尤其是下级对上级的奉承。

 This means to flatter someone or to fawn upon them, usually done by a subordinate to a superior.

● 练习 Exercises

选择最合适的词汇或者短语填空。 Choose the right words or phrases to fill in the blanks.

1. 我的头发分叉了,我需要去做 _____。

   a.保养   b.吃的   c.衣服

2. 最近商场在促销 _____。

   a. 护发   b. 护脸   c. 护肤品

3. 那个美发师给我设计的 _____ 让我非常满意。

   a. 发胶   b 发型   c.发梢

4. A:你好,我想做一次皮肤保养。

   B:您 _____ 了吗?

   a. 做过   b. 预约   c.吃

5. 你看他的动作,是不是特 _____?

   a. 专业   b.专门   c.专项

答案
Answers

1.a 2.c 3.b 4.b 5.a

下棋

UNIT

14

● 必备用语 Key Expressions

nǐ píng shí hé shéi xià xiàng qí
你 平 时 和 谁 下 象 棋?

Who do you usually play chess with?

péi wǒ liàn
陪 我 练

play with me

tā zhè rén hěn hǎo shuō huà
他 这 人 很 好 说 话。

He is very easy to deal with.

yīng gāi méi wèn tí
应 该 没 问 题。

It should be no problem.

nà kě bù xíng
那 可 不 行。

That won't do.

nǐ shuō zěn me bàn
你 说 怎 么 办?

What do you think should be done?

nǐ shuō ne
你 说 呢?

What do you think?

zhēn shì yǒu diǎn kě xī le
真 是 有 点 可 惜 了。

What a pity.

zěn me bǐ ya
怎 么 比 呀?

How do we decide who wins?

sān jú liǎng shèng
三 局 两 胜

best out of three games

wǒ bú huì ràng nǐ de
我 不 会 让 你 的。

I won't let you win.

● 情景对话 Situational Dialogues

1. 课外兴趣班 After School Class

(The new semester starts and the teacher asks students to apply for after-school classes. Xiao Xue considers which one she will attend.)

lǎo shī tóng xué men zhè li yǒu yì xiē kè wài xìng qù bān de kè chéng ān pái hé
老师：同 学 们 ，这 里 有 一 些 课外 兴 趣 班 的 课 程 安 排 和

bào míng biǎo rú guǒ dà jiā xiǎng cān jiā kě yǐ dào zhè li lái ná biǎo
报 名 表，如果 大 家 想 参 加，可 以 到 这 里 来 拿 表 ，

bìng zài běn zhōu nèi bào míng yǒu shén me bù qīng chu de kě yǐ lái
并 在 本 周 内 报 名 。有 什 么 不 清 楚 的，可 以 来

wèn wǒ
问 我 。

Teacher：Students, here are schedules and application forms for after school

classes. If you want to attend you can come to take one. Apply

within the week. If you have any questions, please ask me.

xiǎo xuě xiǎo yún zhè me duō xìng qù bān nǐ shuō wǒ bào shén me hǎo ne
小 雪：小 云，这 么 多 兴 趣 班，你 说 我 报 什 么 好 呢？

Xiao Xue：Xiao Yun, There are so many classes, what do you think I should

apply for?

xiǎo yún nǐ xǐ huan shén me jiù bào shén me bei wǒ xǐ huan xiàng qí hé wǔ
小 云：你 喜 欢 什 么 就 报 什 么 呗。我 喜 欢 象 棋 和 武

shù wǒ huí jiā hé wǒ bà wǒ mā shāng liang yí xià ràng tā men gěi wǒ
术。我 回 家 和 我 爸 我 妈 商 量 一 下 ，让 他 们 给 我

bào zhè liǎng ge bān
报 这 两 个 班 。

Xiao Yun：You can apply for whatever you like. I like chess and martial arts.

I'll discuss it with my parents when I go home and they can put

my name down for these two.

xiǎo xuě wǒ xǐ huan jí tā hé wéi qí kě shì wǒ yǐ jīng zài xiào wài bào le yí ge
小 雪：我 喜 欢 吉 他 和 围 棋。可 是 我 已 经 在 校 外 报 了 一 个

yīng yǔ bān le shí jiān zhèng hǎo hé wéi qí bān chōng tū le
英 语 班 了，时 间 正 好 和 围 棋 班 冲 突 了。

Xiao Xue：I like guitar and Go. But I have already applied for an English

class, the same time as Go class.

xiǎo yún　nà nǐ zài kàn kan　hái yǒu bié de xìng qù bān méi yǒu
小 云：那你再 看 看，还有别的兴趣班 没有。

Xiao Yun: Then you can check for other classes.

xiǎo xuě　wǒ bà píng shí jiù zǒng shì hé wǒ wán wéi qí　dàn shì chú le tā jiù méi
小 雪：我爸平 时就 总是和我 玩 围棋，但是除了他就 没

yǒu rén hé wǒ xià le　　rú guǒ wǒ bào wéi qí bān de huà　jiù yǒu hǎo
有人和我下了。如果我报围棋班 的话，就有好

duō tóng xué néng hé wǒ yì qǐ xià wéi qí le
多同学 能和我一起下围棋了。

Xiao Xue: It is only my dad who usually plays Go with me. If I am in a Go
class, there will be many students playing with me.

xiǎo yún　nà dāng rán le
小 云：那 当 然了。

Xiao Yun: Of course.

xiǎo xuě　nà nǐ píng shí hé shéi xià xiàng qí ya
小 雪：那你平 时和谁下 象 棋呀？

Xiao Xue: Who do you usually play chess with?

xiǎo yún　yě shì hé wǒ bà ba xià　bú guò　tīng shuō wǒ mā ma xià de yě hěn
小 云：也是和我爸爸下。不过，听 说 我妈妈下得也很

hǎo　dàn shì tā píng shí tài máng le　yì bān bù wán qí　suǒ yǐ jī
好；但是她平 时太 忙 了，一般不 玩棋。所以基

běn shang dōu shì wǒ bà jiāo wǒ xià xiàng qí　péi wǒ liàn de
本 上　都是我爸教我下 象 棋，陪我练 的。

Xiao Yun: I also play with my dad. I hear my mom plays it well too, but she
is too busy to play it. Basically it's my father who teaches me
how to play and plays with me.

xiǎo xuě　wǒ wèn wen wǒ bà néng bu néng ràng wǒ bǎ yīng yǔ bān tuì le　cān jiā
小 雪：我问 问 我爸 能 不 能　让 我把英语班退了，参加

xué xiào de wéi qí bān
学 校 的 围 棋 班。

Xiao Xue: I'll ask my father whether he will allow me to quit the English class, and apply for the school's Go class.

xiǎo yún nǐ bà hěn hǎo shuō huà de yīng gāi méi wèn tí
小 云：你爸很好说话的，应该没问题。

Xiao Yun: Your father is not disagreeable. It should be no problem.

词汇 Vocabulary

课外 kè wài
after school

象棋 xiàng qí
chess

课程 kè chéng
course

武术 wǔ shù
martial art

报名表 bào míng biǎo
application form

商量 shāng liang
discuss, consult

参加 cān jiā
participate, attend

围棋 wéi qí
Go

报名 bào míng
apply for, sign up

冲突 chōng tū
conflict

2. 商量报班问题 Discussing Which Class to Apply for

（Xiao Xue returns home, her parents are playing Go.）

xiǎo xuě mā ma yuán lái nín yě huì xià wéi qí a
小 雪：妈妈，原来您也会下围棋啊。

Xiao Xue: Mom, you know how to play Go.

xiǎo xuě bà nǐ bù zhī dào ba tā yuán lái shàng dà xué de shí hou xià de bǐ bà ba
小 雪爸：你不知道吧,她原来上大学的时候下得比爸爸

dōu hǎo ne
都 好 呢!

Father: Ah, you don't know that. When she was at university she played better than me!

xiǎo xuě mā　hòu lái shàng bān yǐ hòu jī běn shang jiù bú xià qí le　xiǎng dāng
小 雪 妈:后 来 上 班以后基本 上 就不下棋了。想 当

chū wǒ xià wéi qí hái ná guo dà xué bǐ sài nǚ zi zǔ de guàn jūn ne
初 我 下 围棋还拿 过大 学 比赛女子组 的 冠 军 呢。

Mother: After starting work I basically stopped playing. In the past I once won the women's championship in college.

xiǎo xuě　zhēn de a　mā ma　duì le　zhè shì wǒ men xué xiào kè wài xìng
小 雪:真 的 啊,妈 妈?对了, 这 是 我 们 学 校 课 外 兴

qù bān de bào míng biǎo　wǒ běn lái xiǎng bào wéi qí lái zhe　dàn
趣 班 的 报 名 表, 我 本 来 想 报 围 棋 来 着,但

shì nà ge bān zhèng hǎo shì zài zhōu èr wǎn shang　hé wǒ yīng yǔ
是 那个 班 正 好 是 在 周 二 晚 上 ,和 我 英 语

bān de shí jiān chōng tū le
班 的 时 间 冲 突 了。

Xiao Xue: Really, mom? Well, this is the application form for after-school classes. I wanted to apply for the Go class but it happened to be on Tuesday evening which clashes with my English class.

xiǎo xuě mā　shì ma　nà zhēn shì yǒu diǎn kě xī le　yào bù rán　mā ma yě tǐng
小 雪 妈:是 吗?那 真 是 有 点 可 惜 了,要 不 然, 妈 妈 也 挺

xiǎng ràng nǐ shàng wéi qí bān de　yīn wèi wéi qí néng duàn liàn rén
想 让 你 上 围 棋 班 的,因 为 围 棋 能 锻 炼 人

de luó ji sī wéi
的 逻 辑 思 维。

Mother: Really? What a pity. I'd like you to take Go class because it helps one's logical thinking.

xiǎo xuě　nà wǒ néng bu néng bǎ yīng yǔ bān tuì diào ne
小 雪：那我 能 不 能 把英语班退掉呢?

Xiao Xue: Can I quit the English class then?

xiǎo xuě mā　nà kě bù xíng　yīng yǔ yě hěn zhòng yào　duì nǐ yǐ hòu de xué xí
小 雪 妈：那可不行，英语也很 重 要，对你以后的学习

hé gōng zuò dōu yǒu bù shǎo hǎo chù　nǐ gǎn jué nà ge yīng yǔ
和工作都有不少好处。你感觉那个英语

lǎo shī jiǎng de hǎo bu hǎo
老师讲得好不好?

Mother: That won't do. English is very important and it'll help you a lot in
your study and work later. Do you think your English teacher
teaches well?

xiǎo xuě　tǐng hǎo de　tǐng xī yǐn rén de　dàn shì wǒ hái shì xiǎng shàng wéi qí
小 雪：挺好的，挺吸引人的，但是我还是想 上 围棋

bān　zhè yàng wǒ jiù néng hé xǔ duō tóng xué yì qǐ xià wéi qí le
班，这样我就能和许多同学一起下围棋了，

zǒng hé bà ba yí ge rén xià　duō méi yì si a
总和爸爸一个人下，多没意思啊。

Xiao Xue: Pretty good and the class is interesting. But I really want to take
Go class, then I can play Go with many classmates. It's so boring
to play it with dad only.

xiǎo xuě mā　lǐ gāng　nǐ shuō zěn me bàn
小 雪 妈：李 刚，你说 怎么办?

Mother: Li Gang, what do you say?

xiǎo xuě bà　hái zi nán dé duì wéi qí nà me gǎn xìng qù　yīng yǔ bān zán men kě
小 雪 爸：孩子难得对围棋那么感 兴趣，英语班咱们可

yǐ zài kàn kan yǒu méi yǒu qí tā de shí jiān　nǐ shuō ne
以再看看有没有其他的时间。你说呢?

Father: As Xiao Xue is so interested in Go, we can check whether there
are other times for the English class. What do you think?

xiǎo xuě mā ：xíng ，nà nǐ míng tiān qù wèn wen yīng yǔ bān hái yǒu méi yǒu qí tā
小 雪 妈：行 ，那 你 明 天 去 问 问 英 语 班 还 有 没 有 其 他

de shí jiān ，diào huàn yí xià
的 时 间 ，掉 换 一 下。

Mother：OK. Tomorrow you can go and ask whether there are other times for

the English class.

xiǎo xuě bà ：méi wèn tí ，wǒ qù bàn
小 雪 爸：没 问 题，我 去 办。

Father：No problem. Let me handle that.

xiǎo xuě ：tài hǎo le ，xiè xie bà ba mā ma ，wǒ míng tiān jiù bǎ bào míng biǎo tián
小 雪：太 好 了，谢 谢 爸 爸 妈 妈。我 明 天 就 把 报 名 表 填

hǎo ，jiāo gěi lǎo shī
好 ，交 给 老 师。

Xiao Xue：That's great. Thank you, mom and dad. I'll fill in the application

form and give it to the teacher tomorrow.

词汇 Vocabulary

大学 dà xué
college, university

比赛 bǐ sài
competition, game

冠军 guàn jūn
champion, championship

可惜 kě xī
pity

逻辑思维 luó ji sī wéi
logical thinking

退掉 tuì diào
cancel, quit

重要 zhòng yào
important

吸引人 xī yǐn rén
attractive, interesting

掉换 diào huàn
adjust

填 tián
fill out

Unit 14 Playing Board Game

3. 家庭下棋比赛 A Competition of Go at Home

小雪爸：小雪啊，你上围棋班也有一段时间了，怎么样，咱们今天来个淘汰赛怎么样？

Father：Xiao Xue, you have attended the Go class for some days. What about having an elimination game today?

小雪：怎么比呀？

Xiao Xue: How do we decide who wins?

小雪爸：三局两胜。最后一名要接受惩罚，第一名有奖励，怎么样？

Father：Best out of three games. The loser will be punished and the winner rewarded. What do you think?

小雪：没问题，围棋老师上次还夸我进步快呢，您可别小瞧人。

Xiao Xue：No problem. My teacher praised me for making progress quickly, so don't look down upon me.

小雪妈：我同意，那你们先把奖励和惩罚定下来好不好？

Mother：I agree. Let's decide on the reward and punishment first, shall we?

小雪爸：这样吧，最后一名下星期负责刷一星期的

163

wǎn   zěn me yàng
碗 , 怎 么 样 ?

Father : I think the loser should wash dishes all the next week. How does
that sound to you?

xiǎo xuě   nà jiǎng lì ne
小 雪 : 那 奖 励 呢 ?

Xiao Xue : What about the reward?

xiǎo xuě bà   ràng wǒ xiǎng xiǎng   bīng xiāng lǐ yǒu yì hé wǒ gāng mǎi de ruì shì
小 雪 爸 : 让 我 想 想 , 冰 箱 里 有 一 盒 我 刚 买 的 瑞 士
qiǎo kè lì shéi yíng le nà hé qiǎo kè lì jiù guī shéi   zěn me yàng
巧 克 力 , 谁 赢 了 那 盒 巧 克 力 就 归 谁 , 怎 么 样 ?

Father : Let me think... There is a box of Swiss chocolates I just bought.
Whoever wins the game takes the chocolates. How about that?

xiǎo xuě   xiǎo xuě mā   tóng yì
小 雪 、 小 雪 妈 : 同 意 。

Xiao Xue and Mother : Agree.

xiǎo xuě bà   jì rán dà jiā dōu tóng yì   nà me bǐ sài jiù kāi shǐ le   sān jú liǎng
小 雪 爸 : 既 然 大 家 都 同 意 , 那 么 比 赛 就 开 始 了 。 三 局 两
shèng   xiǎo xuě nǐ yào zhuān xīn xià a   bà ba kě shì dòng zhēn gé
胜 , 小 雪 你 要 专 心 下 啊 , 爸 爸 可 是 动 真 格
de le   bú huì ràng nǐ de yo
的 了 , 不 会 让 你 的 哟 。

Father : Since everyone agrees, the game will begin. Best of three games.
Xiao Xue, you'd better pay attention. Your dad is a serious player
and he won't let you win.

xiǎo xuě   shéi yào nín ràng
小 雪 : 谁 要 您 让 !

Xiao Xue : Who needs you to let me win?

xiǎo xuě mā   hǎo le   bié shuō le   bǐ sài xiàn zài zhèng shì kāi shǐ
小 雪 妈 : 好 了 , 别 说 了 。 比 赛 现 在 正 式 开 始 。

Mother : Alright, stop talking. Now the game starts.

Unit 14 Playing Board Game

词汇 Vocabulary

淘汰赛 táo tài sài
elimination game

接受 jiē shòu
receive, accept

惩罚 chéng fá
punish, penalty

奖励 jiǎng lì
reward, award

夸 kuā
praise

进步 jìn bù
progress

小瞧人 xiǎo qiáo rén
look down upon, underestimate

裁判 cái pàn
referee

刷 shuā
wash

冰箱 bīng xiāng
refrigerator

赢 yíng
win

归 guī
elong

专心 zhuān xīn
concentrate, pay attention

相关用语 Relevant Expressions

你喜欢下什么棋?
nǐ xǐ huan xià shén me qí /
What kind of board games do
you like to play?

我喜欢下围棋。
wǒ xǐ huan xià wéi qí / I like to
play Go.

国际象棋
guó jì xiàng qí / chess

跳棋
tiào qí / Chinese checkers

扑克牌
pū kè pái / poker

打牌
dǎ pái / play cards

玩牌
wán pái / play cards

局
jú / set

盘
pán / game, match

xìng qù bān

1. 兴趣班

　　这是中小学生在课余学习的课程，其中不包括语文、数学等中小学主要课程的学习，主要是为了培养学生的课外兴趣，主要有：乐器、美术、音乐、舞蹈、航模、棋类等学习班，以及英语提高班和其他体育类的学习班。

　　This is a kind of after-school class for primary and middle school students which does not include Chinese, math and other major courses. The purpose of these courses is to foster students' after-school interests, which mainly include musical instruments, fine arts, music, dance, aerosport, board games, English and sports.

dòng zhēn gé de

2. 动 真 格 的

　　指拿出真正的本领，或认真对待某事而不是开玩笑。

　　This indicates making full use of one's abilities and not being joking around.

● 练习 Exercises

1. 选择最合适的词汇或者短语填空。Choose the right words or phrases to fill in the blanks.

1）A:您能帮我把电脑修好吗?

B:应该 _____。

a.没关系　　　　　b.没问题　　　　　c.没注意

2）我以为他是一个很实在的人,结果却发现 _____ 他很狡猾。

a.原地　　　　　b 原因　　　　　c.原来

3) 在这次比赛中,他打败了所有的对手,终于成为了 _____。

a. 冠军　　　　　b.亚军　　　　　c.季军

2. 请将短语补充完整。Complete the following phrases.

1）逻辑 _____
2）三局 _____
3）正式 _____

Keeping a Pet

养宠物

UNIT
15

● 必备用语 Key Expressions

yǎng gǒu
养 狗

keep a dog

tā kě guāi le
它 可 乖 了。

It's very clever.

shì xiǎo gōng gǒu hái shi xiǎo mǔ gǒu
是 小 公 狗 还是 小 母 狗？

Is it a he or she?

kě táo qì le
可 淘 气 了。

It's very naughty.

yuán lái wǒ men jiā yǎng guo yì
原 来 我 们 家 养 过 一

zhī māo
只 猫 。

Our family used to have a cat.

wǒ shāng xīn le hǎo jǐ tiān
我 伤 心 了 好 几 天。

I was upset for several days.

liù gǒu
遛 狗

walk a dog

wèi gǒu
喂 狗

feed a dog

qīng lǐ fèn biàn
清 理 粪 便

clean up the mess

bié wàng le mǎi gǒu liáng
别 忘 了 买 狗 粮 。

Don't forget to buy dog food.

● 情景对话 Situational Dialogues

1. 家有宠物 Having a Pet at Home
（Xiao Xue's classmate Xiao Yun has a dog. Today Xiao Xue visits
Xiao Yun's home.）

(Xiao Xue presses the door bell.)

xiǎoyún   kāimén xiǎoxuě kuàiqǐngjìn
小 云：(开 门) 小 雪，快 请 进。

Xiao Yun: (opens the door) Xiao Xue, come on in.

xiǎo xuě   zhè shì nà tiān nǐ xiǎng jiè de tóng huà shū   wǒ shùn biàn gěi nǐ
小 雪：这 是 那 天 你 想 借 的 童 话 书，我 顺 便 给 你
　　　 dài lái le
　　　 带 来 了。

Xiao Xue: This is the fairytale book you wanted to borrow. I've brought it to
　　　　 you now.

xiǎoyún xièxie suíbiànzuòba hēdiǎnshénme   kě lè háishichá
小 云：谢谢，随 便 坐 吧。喝 点 什 么？可乐还是茶？

Xiao Yun: Thank you, take a seat. What would you like to drink, coke or tea?

xiǎoxuě kě lè ba
小 雪：可乐吧。

Xiao Xue: Coke, please.

(At this moment a small dog runs out.)

xiǎoxuě wā nǐmenjiāyǎng le yì tiáogǒu zhēnkě ài a
小 雪：哇，你 们 家 养 了一 条 狗？真 可爱啊。

Xiao Xue: Wow, you have a dog? How lovely!

xiǎoyún wǒmendōuyǎng le hǎojiǔ le tā kěguāi le tā jiàobēnbēn
小 云：我 们 都 养 了 好久 了。它 可 乖 了。它 叫 奔 奔。

Xiao Yun: We've had it for a long time. It's very clever. It's called
　　　　 Benben.

xiǎoxuě shì xiǎogōnggǒuháishi xiǎomǔgǒu
小 雪：是 小 公 狗还是 小 母 狗？

Xiao Xue: Is it a he or she?

xiǎoyún shì xiǎogōnggǒu kě táo qì le
小 云：是 小 公 狗。可淘气了。

Xiao Yun: It's a he. He's very naughty.

xiǎo xuě　tā cháng de hǎo piào liang　yuán lái wǒ men jiā yǎng guo yì zhī māo
小 雪：它 长 得 好 漂 亮。原来我们家养过一只猫，

kě shì hòu lái diū le　zài yě méi zhǎo dào　hài de wǒ shāng xīn le hǎo
可 是 后 来 丢 了，再也没 找 到，害得我 伤 心 了好

jǐ tiān ne
几 天 呢。

Xiao Xue：He looks so pretty. Our family used to have a cat but it got lost and we could never find it. It made me sad for many days.

xiǎo yún　zhēn kě xī　bú guò wǒ jué de gǒu bǐ māo gèng tōng rén xìng yì xiē
小 云：真 可 惜，不过我觉得狗比猫 更 通 人 性 一些，

hěn shǎo yǒu shéi jiā de gǒu zì jǐ pǎo le de
很 少 有 谁家的狗自己跑了的。

Xiao Yun：What a pity! I think dogs can understand people better than cats. Very few dogs run away from home themselves.

xiǎo xuě　hòu lái wǒ jiā jiù zài méi yǒu yǎng guo chǒng wù le
小 雪：后来我家就再没 有 养 过 宠 物了。

Xiao Xue：My family hasn't had a pet since then.

xiǎo yún　wǒ yǒu ge shū shu　zuì jìn jiā li de mǔ gǒu xià le yì wō xiǎo gǒu　rú
小 云：我 有 个 叔 叔，最近家里的母狗下了一窝 小 狗。如

guǒ nǐ xiǎng yǎng de huà　wǒ kě yǐ bāng nǐ yào yì zhī lái　hěn kě ài
果 你 想 养 的话，我可以帮你要一只来。很可爱

de　shì hā bā gǒu
的，是 哈 巴 狗。

Xiao Yun：I have an uncle, recently his pet dog gave birth to a litter of puppies. If you want, I can help you get one. They are pug dogs and very cute.

xiǎo xuě　zhēn de a　nà wǒ huí jiā wèn wen wǒ mā ma　kàn tā ràng bu
小 雪：真 的 啊？那 我 回 家 问 问 我 妈 妈，看 她 让 不

ràng wǒ yǎng
让 我 养 。

Xiao Xue：Really? I'll ask my mother when I'm back home to see whether she'll let me have one or not.

词汇 Vocabulary

借 jiè
borrow

童话书 tóng huà shū
fairytale book

养 yǎng
raise

狗 gǒu
dog

淘气 táo qì
naughty

猫 māo
cat

伤心 shāng xīn
grief; grieve; sad

通人性 tōng rén xìng
understand humans; humanized

宠物 chǒng wù
pet

哈巴狗 hā bā gǒu
pug dog

2. 商量养狗之事 Discussing to Keep Pets

xiǎo xuě　mā ma　jīn tiān wǒ tóng xué xiǎo yún shuō néng sòng gěi wǒ yì zhī
小 雪：妈妈，今天我 同 学 小 云 说 能 送 给 我 一 只

hā bā gǒu　wǒ néng yǎng ma
哈巴狗，我 能 养 吗？

Xiao Xue：Mom, today my classmate Xiao Yun said she could give me a pug
dog. Can I have one?

xiǎo xuě mā　tā zěn me xiǎng qǐ lai sòng nǐ gǒu lái le
小 雪 妈：她 怎 么 想 起 来 送 你 狗 来 了？

Mother：How did she think of giving you a dog?

xiǎo xuě　wǒ qù tā jiā wán　kàn jiàn tā jiā yǒu yì zhī xiǎo gǒu　tè hǎo wán　wǒ
小 雪：我 去 她 家 玩，看 见 她 家 有 一 只 小 狗，特 好 玩。我

jiù xiǎng qǐ le zan men jiā yuán lái diū de nà zhī māo　tā shuō gǒu yì
就 想 起 了 咱 们 家 原 来 丢 的 那 只 猫。她 说 狗 一

bān bù róng yì diū　wèn wǒ xiǎng bu xiǎng yǎng
般 不 容 易 丢，问 我 想 不 想 养。

Xiao Xue：I went to her house and saw her small dog, very lovely. It reminded me of our lost cat. She said dogs are not easy to get

lost and asked whether I wanted one or not.

xiǎo xuě mā　nǐ xiǎng yǎng ma
小雪妈：你想　养　吗？

Mother：Do you want one?

xiǎo xuě　wǒ dāng rán xiǎng yǎng gǒu le　gǒu bǐ māo gèng tōng rén xìng yì xiē
小雪：我当然想　养　狗了，狗比猫　更　通人性一些，

ér qiě hā bā gǒu shì xiǎo xíng quǎn　yòu kě ài yòu wēn shùn　yīng gāi
而且哈巴狗是小型犬，又可爱又温顺，应该

bú huì shāng rén de
不会伤人的。

Xiao Xue：I certainly do. Dogs understand people better than cats, and pug

dogs are small, lovely and gentle. They won't hurt people.

xiǎo xuě mā　nà nǐ huì hǎo hǎo zhào gù tā ma
小雪妈：那你会好好照顾它吗？

Mother：Can you take good care of it?

xiǎo xuě　wǒ bǎo zhèng huì de　mā ma　nǐ jiù ràng wǒ yǎng ba
小雪：我保证会的，妈妈，你就让我养吧。

Xiao Xue：I promise I will. Mom, let me have one.

xiǎo xuě mā　yǎng gǒu kě bú shì yí jiàn róng yì de shì　yào měi tiān liù gǒu　wèi
小雪妈：养狗可不是一件容易的事。要每天遛狗、喂

gǒu　gěi tā xǐ zǎo　qīng lǐ fèn biàn děng　kě má fan le　nǐ néng
狗、给它洗澡、清理粪便等，可麻烦了。你能

zuò ma
做吗？

Mother：It's not easy to raise a dog. You have to walk it, feed it, wash it,

clean up its mess and so on. It's very troublesome.

xiǎo xuě　néng　wǒ zài jiā de shí hou wǒ lái zuò　wǒ bú zài jiā shí　ràng yé ye nǎi
小雪：能。我在家的时候我来做，我不在家时，让爷爷奶

nai bāng zhù zhào kàn yí xià
奶　帮　助　照　看　一下。

Xiao Xue：I'll do all those things when I'm at home. When I'm not, let

grandpa and grandma help me to take care of it.

xiǎo xuě mā　nǐ bú huì zhōng tú fàng qì yǎng tā ba
小　雪　妈：你不会　中　途 放　弃 养 它吧?

Mother：You can't give it up halfway through you know.

xiǎo xuě　bú huì de　wǒ bú huì pāo qì tā　wǒ kěn dìng huì hǎo hāo zhào gù
小　雪：不会 的, 我不会 抛弃它,　我 肯 定 会 好 好 照 顾

tā de
它的。

Xiao Xue：No, I won't abandon it. I'll surely take good care of it.

xiǎo xuě mā　nà zán men shuō hǎo le　bù xǔ yīn wèi yǎng gǒu yǐng xiǎng xué xí
小　雪　妈：那咱们　说 好了,　不许因为 养 狗 影 响 学习,

yě bù xǔ ná xiǎo gǒu chū qì　nüè dài tā
也 不许 拿 小　狗 出气,虐待它。

Mother：Well, let's say that it won't affect your study and you can't vent

your anger on the dog or ill-treat it.

xiǎo xuě　fàng xīn ba　wǒ jué duì bú huì nà yàng zuò de
小　雪：放 心 吧,我 绝 对不会那 样 做的。

Xiao Xue：Don't worry, I'll never do those things.

xiǎo xuě mā　nà nǐ hé xiǎo yún shuō ba　yuē ge shí jiān wǒ hé nǐ yì qǐ bǎ gǒu
小　雪　妈：那你和 小　云 说 吧,　约个时间我和你一起把狗

lǐng huí lai　hǎo ma
领 回来, 好 吗?

Mother：Well, you can tell Xiao Yun then and arrange a time for you and I to

get the dog, alright?

xiǎo xuě　tài hǎo le　xiè xie mā ma
小　雪：太好了。谢谢 妈 妈。

Xiao Xue：Great. Thank you, mom.

Leisure Talk

词汇 Vocabulary

小型犬 xiǎo xíng quǎn
small dog

温顺 wēn shùn
gentle, docile, tame

伤人 shāng rén
hurt people

保证 bǎo zhèng
promise, guarantee

遛狗 liù gǒu
walk a dog

喂狗 wèi gǒu
feed a dog

洗澡 xǐ zǎo
bath

清理 qīng lǐ
clean

粪便 fèn biàn
excrement, dung, droppings

照看 zhào kàn
keep an eye on, care

中途 zhōng tú
halfway through

放弃 fàng qì
give up, abandon

抛弃 pāo qì
give up, cast away, abandon

出气 chū qì
vent one's anger

虐待 nüè dài
ill-treat

3. 领小狗回家 Bringing the Puppy Home

(Xiao Xue calls Xiao Yun immediately.)

xiǎo xuě wèi shì xiǎo yún ma
小 雪：喂，是 小 云 吗？

Xiao Xue: Hello, can I speak to Xiao Yun?

xiǎo yún shì wǒ nǐ shì xiǎo xuě ba
小 云：是 我。你 是 小 雪 吧？

Xiao Yun: Yes, speaking. You're Xiao Xue, right?

xiǎo xuě duì shì wǒ wǒ hé wǒ mā shāng liang guo le tā tóng yì wǒ yǎng
小 雪：对，是 我，我 和 我 妈 商 量 过 了，她 同 意 我 养 。

174

wǒ shén me shí hou kě yǐ bǎ xiǎo gǒu bào huí lai ne
我 什 么 时 候 可 以 把 小 狗 抱 回 来 呢?

Xiao Xue: Yes. I have discussed with my mom and she agreed to let me
keep one. When can I bring the puppy back home?

xiǎo yún   bié zháo jí   wǒ wèn yí xià wǒ shū shu   yào bu huí tóu ràng tā bǎ gǒu
小 云: 别 着 急, 我 问 一 下 我 叔 叔, 要 不 回 头 让 他 把 狗
sòng dào nǐ men jiā
送 到 你 们 家。

Xiao Yun: Don't worry. Let me ask my uncle, he might send the dog to
your home.

xiǎo xuě   bú yòng   bú yòng   nà tài má fan nǐ shū shu le
小 雪: 不 用, 不 用, 那 太 麻 烦 你 叔 叔 了。

Xiao Xue: No, no. That would be too troublesome for your uncle.

xiǎo yún   méi guān xi   fǎn zhèng tā měi cì lái wǒ jiā dōu shì kāi chē lái de
小 云: 没 关 系, 反 正 他 每 次 来 我 家 都 是 开 车 来 的,
shùn biàn sòng yí xià bù má fan
顺 便 送 一 下 不 麻 烦。

Xiao Yun: It doesn't matter. He comes to our home by car anyway. It's no
trouble at all to have him bring one at the same time.

xiǎo xuě   nà wǒ méi yǎng guo gǒu   nǐ néng gào su wǒ gāi zuò xiē shén me huò
小 雪: 那 我 没 养 过 狗, 你 能 告 诉 我 该 做 些 什 么 或
zhù yì shén me ma
注 意 什 么 吗?

Xiao Xue: Well, I haven't raised a dog before. Can you tell me what I should
do or pay attention to?

xiǎo yún   chéng   xiān zhǔn bèi gǒu fàn pén   mǎi chǒng wù zhuān mén yòng de
小 云: 成。 先 准 备 狗 饭 盆, 买 宠 物 专 门 用 的
yù yè   zài mǎi yí ge gǒu lán zi
浴 液, 再 买 一 个 狗 篮 子。

Xiao Yun: OK. Prepare a dog bowl, a special pet shampoo and a dog basket.

xiǎo xuě hái yǒu shén me
小 雪：还 有 什 么？

Xiao Xue：What else?

xiǎo yún dìng shí gěi tā dōng xi chī hái yào měi tiān liù gǒu qīng lǐ dà
小 云：定 时 给 它 东 西 吃，还 要 每 天 遛 狗，清 理 大

xiǎo biàn
小 便。

Xiao Yun：Feed it at a fixed time and walk it every day and clean up its mess.

xiǎo xuě ò wǒ jì zhù le
小 雪：哦，我 记 住 了。

Xiao Xue：I'll remember.

xiǎo yún hái yào gěi tā xǐ zǎo bǎo chí qīng jié
小 云：还 要 给 它 洗 澡，保 持 清 洁。

Xiao Yun：And wash it and keep it clean.

xiǎo xuě ńg wǒ dōu jì zhù le
小 雪：嗯，我 都 记 住 了。

Xiao Xue：OK. I see.

xiǎo yún chà bu duō jiù zhè xiē děng nǐ ná dào gǒu zài shuō ba duì le bié
小 云：差 不 多 就 这 些。等 你 拿 到 狗 再 说 吧。对 了，别

wàng le mǎi gǒu liáng nà yàng cái néng shǐ xiǎo gǒu yíng yǎng
忘 了 买 狗 粮，那 样 才 能 使 小 狗 营 养

jūn héng
均 衡。

Xiao Yun：That's it. I'll tell you more when you get the dog. Oh, don't
forget to buy dog food to give the dog balanced nutrition.

xiǎo xuě xiè xie nǐ wǒ kěn dìng huì hǎo hāo yǎng tā de fàng xīn ba dào shí
小 雪：谢 谢 你，我 肯 定 会 好 好 养 它 的，放 心 吧。到 时

hou zán men wǎn shang kě yǐ yì qǐ qù liù gǒu le
候 咱 们 晚 上 可 以 一 起 去 遛 狗 了。

Xiao Xue：Thank you. I'm sure I can raise it well, don't worry. When I get the dog we can walk them together in the evening.

小 云：xiǎo yún kè qi shén me děng wǒ wèn wen wǒ shū shu shén me shí hou néng gěi
小 云：客气 什么！等 我 问 问 我 叔 叔 什 么 时 候 能 给

nǐ sòng guò qu zhī hòu wǒ jiù dǎ diàn huà gào su nǐ
你 送 过 去 之 后，我 就 打 电 话 告 诉你。

Xiao Yun：My pleasure. When I know when my uncle will send it over, I'll
call you.

xiǎo xuě hǎo de nà wǒ jiù děng nǐ de diàn huà le bài bài
小 雪：好 的，那 我 就 等 你 的 电 话 了。拜 拜！

Xiao Xue：All right. I'll be waiting. Bye.

词汇 Vocabulary

抱 bào
carry

饭盆 fàn pén
food bowl

浴液 yù yè
lotion

篮子 lán zi
basket

保持 bǎo chí
keep

清洁 qīng jié
clean

狗粮 gǒu liáng
dog food

营养 yíng yǎng
nutrition

均衡 jūn héng
balanced

相关用语 Relevant Expressions

金鱼
jīn yú / gold fish

热带鱼
rè dài yú / tropical fish

猴子
hóu zi / monkey

兔子
tù zi / rabbit

龟
guī / turtle, tortoise

宠物店
chǒng wù diàn / pet shop

宠物医院
chǒng wù yī yuàn / pet hospital

狗崽
gǒu zǎi / puppy

语言文化小贴士
Language Tips

chū qì
1. 出气

指发脾气或发泄怨气、怒气等。

This means losing one's temper or venting anger.

那咱们说好了，不许因为养狗影响学习，也不许拿小狗出气，虐待他。

放心吧，我绝对不会那样做的。

● 练习 Exercises

选择最合适的词汇或者短语填空。 Choose the right words or phrases to fill in the blanks.

1. A: 你养 ＿＿＿ 了吗?

B：没有，我想养，可是我妈妈不让。

　　a.宠爱　　　　　b.宠物　　　　　c.生物

2. 培养一种好的习惯真是 ＿＿＿＿＿。

　　a. 不简单　　　　　b.不容易　　　　　c.不麻烦

3. 我非常爱小动物,希望大家都能够好好对待他们,你 ＿＿＿＿ 吗?

　　a.同等　　　　　b 相同　　　　　c.同意

4. 如果你养了宠物,你能 ＿＿＿＿＿ 不虐待它吗?

　　a. 保养　　　　　b.保证　　　　　c.保全

5. 你应该 ＿＿＿＿ 宠物的营养均衡问题。

　　a.注重　　　　　b.注意　　　　　c.关注

6. 苹果很有 ＿＿＿＿,多吃对身体有好处。

　　a.营养　　　　　b.养分　　　　　c.养料

词汇表
Vocabulary

A

埃及	āi jí / Egypt
爱	ài / love
安排	ān pái / arrange
安全	ān quán / safety
暗	àn / dark

B

班车	bān chē / shuttle bus, regular bus
办法	bàn fǎ / method
拌嘴	bàn zuǐ / quarrel
棒	bàng / great
包	bāo / guarantee; assure
包间	bāo jiān / private room
宝贝	bǎo bèi / baby; sweetie
宝石	bǎo shí / precious stone
保持	bǎo chí / keep
保密	bǎo mì / keep it a secret
保养	bǎo yǎng / maintain, take care
保证	bǎo zhèng / promise, guarantee
报名	bào míng / apply for, sign up
报名表	bào míng biǎo / application form
报纸	bào zhǐ / newspaper
抱	bào / carry
蹦迪	bèng dí / disco
比例	bǐ lì / proportion, scale

比赛	bǐ sài / competition, game
毕业	bì yè / graduate; graduation
变老	biàn lǎo / grow older
变样	biàn yàng / change
别的	bié de / other, else
冰淇淋	bīng qí lín / ice cream
冰箱	bīng xiāng / refrigerator
波浪	bō làng / wave
博物馆	bó wù guǎn / museum
不凑巧	bú còu qiǎo / unfortunately, unluckily
不错	bú cuò / not bad

C

裁判	cái pàn / referee
菜单	cài dān / menu
参加	cān jiā / participate, attend
参考书	cān kǎo shū / reference book
餐厅	cān tīng / restaurant
查	chá / check, look up
茶馆	chá guǎn / tea house
搀	chān / support with one's hand
馋	chán / greedy for food
馋鬼	chán guǐ / greedy devil
长发	cháng fà / long hair
长寿	cháng shòu / long life; longevity
尝	cháng / try
场面	chǎng miàn / scene
唱	chàng / sing
唱法	chàng fǎ / singing method

唱歌	chàng gē / sing a song
超市	chāo shì / supermarket
吵	chǎo / noisy; quarrel
车站	chē zhàn / station, bus stop
撤	chè / leave, withdraw
成立	chéng lì / set up; establish
成人票	chéng rén piào / ticket for adult
成熟	chéng shú / mature
盛	chéng / hold, fill
承受得起	chéng shòu de qǐ / stand; afford
惩罚	chéng fá / punish; penalty
橙汁	chéng zhī / orange juice
吃饱	chī bǎo / full; eat one's fill
吃饭	chī fàn / have a meal; dine
迟到	chí dào / late
冲突	chōng tū / conflict
宠物	chǒng wù / pet
抽奖	chōu jiǎng / draw lots; draw a winning number
臭美	chòu měi / show off; showy
出差	chū chāi / go on a business trip
出丑	chū chǒu / make a fool of oneself
出发	chū fā / set off, leave, depant
出气	chū qì / vent one's anger
串亲戚	chuàn qīn qi / visit one's relatives
创建	chuàng jiàn / found, establish
春节	chūn jié / the Spring Festival
凑齐	còu qí / gather together
凑巧	còu qiǎo / by accident, fortunately
凑热闹	còu rè nao / join in the fun

催	cuī / urge

D

打球	dǎ qiú / play a ball game
大概	dà gài / perhaps, maybe
大酒店	dà jiǔ diàn / big hotel
大量的	dà liàng de / a great number of
大脑	dà nǎo / brain
大声	dà shēng / loud; loudly
大事	dà shì / great event
大学	dà xué / college; university
大学生	dà xué shēng / college student
单独	dān dú / alone
耽误	dān wù / delay; hold up
当初	dāng chū / the first time; originally
当年	dāng nián / in those years
挡	dǎng / block
到处转转	dào chù zhuàn zhuan / show around
到齐	dào qí / all here
迪厅	dí tīng / disco
地质	dì zhì / geology
点歌单	diǎn gē dān / song list
点心	diǎn xin / snack
电器商场	diàn qì shāng chǎng / electrical appliance store
电视	diàn shì / television
电视台	diàn shì tái / television station
电影	diàn yǐng / movie
惦记	diàn ji / cannot take one's mind off, keep thinking about, worry about
掉换	diào huàn / adjust

调酒	tiáo jiǔ / mix drinks
定	dìng / decide
丢了	diū le / lose; get lost
丢人	diū rén / embarrass; shame
懂事	dǒng shì / sensible; clever
动画片	dòng huà piàn / cartoon
动物	dòng wù / animal
堵车	dǔ chē / traffic jam
短信	duǎn xìn / SMS; text message
锻炼	duàn liàn / take exercise; exercise
多歇会儿	duō xiē huìr / take more rest

E

饿	è / hungry
儿童乐园	ér tóng lè yuán / children's playground

F

发廊	fà láng / hair salon
发胖	fā pàng / gain weight, be out of shape
发型	fà xíng / hairstyle
饭店	fàn diàn / restaurant, hotel
饭馆	fàn guǎn / restaurant
饭盆	fàn pén / food bowl
方便	fāng biàn / convenient
放假	fàng jià / take a holiday
放弃	fàng qì / give up, abandon
放心	fàng xīn / don't worry; set one's mind (heart) at rest
粪便	fèn biàn / excrement, dung, droppings

夫妇	fū fù / married couple

G

赶快	gǎn kuài / hurry
感觉	gǎn jué / feel; feeling
高清晰	gāo qīng xī / high definition
告诉	gào su / tell
歌声	gē shēng / singing
歌星	gē xīng / pop singer
根本	gēn běn / at all; fundamental
公司	gōng sī / company
功能	gōng néng / function
宫廷	gōng tíng / palace
狗	gǒu / dog
狗粮	gǒu liáng / dog food
估计	gū jì / estimate; guess
鼓励	gǔ lì / encourage
鼓掌	gǔ zhǎng / applause, clap
乖	guāi / well−behaved
关心	guān xīn / care, concern, pay attention to
观赏	guān shǎng / view and admire, enjoy
冠军	guàn jūn / champion; championship
惯	guàn / spoil, indulge
光临	guāng lín / visit; presence (of a guest, etc.)
光盘	guāng pán / disc, CD
广播	guǎng bō / broadcast
广告	guǎng gào / ad, advertisement
归	guī / belong
贵	guì / expensive

果盘	guǒ pán / fruit plate
过节	guò jié / celebrate a festival; festival
过去	guò qù / past

H

哈巴狗	hā bā gǒu / pug dog
害	hài / do harm to, cause trouble to
好处	hǎo chù / benefit; good for
好久	hǎo jiǔ / a long time
好看	hǎo kàn / attractive, beautiful
号	hào / number
号码	hào mǎ / number
号召力	hào zhào lì / clout; popular support
合唱团	hé chàng tuán / chorus
荷花节	hé huā jié / Lotus Festival
后悔	hòu huǐ / regret
胡说	hú shuō / joking
糊弄	hù nong / fool, trick
护肤品	hù fū pǐn / skin care product, cosmetics
护理	hù lǐ / care; tend
化石	huà shí / fossil
怀念	huái niàn / cherish the memory of, think of, miss, yearn
怀孕	huái yùn / pregnant
环境	huán jìng / environment
换	huàn / change
皇上	huáng shang / emperor
黄色的	huáng sè de / yellow
回家	huí jiā / go home

回头	huí tóu / later; in a short time
回忆	huí yì / remind; remember
会员卡	huì yuán kǎ / membership card
毁	huǐ / damage; ruin
混	hùn / get on; muddle along
活泼	huó pō / lively

J

积极	jī jí / active
基本	jī běn / basic
急	jí / anxious, hurried
集中	jí zhōng / concentrate, centralize
挤	jǐ / jostle, push, crowd
计划	jì huà / plan
记得	jì de / remember
加班	jiā bān / work overtime
家庭	jiā tíng / family
家属	jiā shǔ / family member
坚持	jiān chí / insist on, keep on, stick to
间隙	jiàn xì / interval
剪	jiǎn / cut
简直	jiǎn zhí / simply
见识	jiàn shi / experience; sense
建议	jiàn yì / suggest
健康	jiàn kāng / health
讲究	jiǎng jiu / pay attention to, care
奖励	jiǎng lì / reward, award
交际舞	jiāo jì wǔ / ballroom dancing, social dance

交往	jiāo wǎng / date; go out with someone
教育意义	jiào yù yì yì / educational significance
接收	jiē shōu / receive
接受	jiē shòu / receive, accept
街心公园	jiē xīn gōng yuán / garden or park at a street intersection
节目	jié mù / program, show
节制	jié zhì / self-control
结婚	jié hūn / get married, marry
结婚纪念日	jié hūn jì niàn rì / wedding anniversary
结账	jié zhàng / pay, settle accounts
解说员	jiě shuō yuán / narrator, guide, presenter
介绍	jiè shào / introduction; introduce
借	jiè / borrow
金字塔	jīn zì tǎ / pyramid
紧张	jǐn zhāng / tight, nervous
近	jìn / near
进步	jìn bù / progress
京剧	jīng jù / Peking Opera
经济	jīng jì / economy
景观	jǐng guān / sight, view, scene
酒吧	jiǔ bā / bar
酒水	jiǔ shuǐ / drinks
酒水单	jiǔ shuǐ dān / drink list
剧烈	jù liè / intense, fierce
爵士乐队	jué shì yuè duì / jazz band
军事	jūn shì / military
均衡	jūn héng / balance

K

咖啡馆	kā fēi guǎn / cafe
卡	kǎ / card
卡拉 OK	kǎ lā / karaoke
开叉	kāi chà / split ends
开眼	kāi yǎn / open one's eyes, widen one's view
开张	kāi zhāng / open a business
看书	kàn shū / read
考试	kǎo shì / exam
科技	kē jì / science and technology
可惜	kě xī / pity
渴	kě / thirsty
客户	kè hù / client
客人	kè rén / guest; customer
课程	kè chéng / course
课外	kè wài / after school
课文	kè wén / text
恐龙	kǒng lóng / dinosaur
夸	kuā / praise
矿泉水	kuàng quán shuǐ / mineral water

L

拉家带口	lā jiā dài kǒu / have a family
篮子	lán zi / basket
老板	lǎo bǎn / boss, manager
老公	lǎo gōng / husband
老婆	lǎo po / wife
老气	lǎo qì / old
姥姥	lǎo lao / maternal grandmother

乐队	yuè duì / band
乐意	lè yì / be happy to; be willing to
累	lèi / tired
离……近的	lí…jìn de / near to
礼物	lǐ wù / present, gift
连续剧	lián xù jù / TV series
联系	lián xì / contact
脸谱	liǎn pǔ / type of facial make-up
练习	liàn xí / exercise
凉菜	liáng cài / cold dish
了解	liǎo jiě / understand, know
零食	líng shí / snack
领唱	lǐng chàng / leading singer
领舞	lǐng wǔ / lead dancer
遛狗	liù gǒu / walk a dog
遛弯儿	liù wānr / take a walk
楼上	lóu shàng / upstairs
露两手	lòu liǎng shǒu / show off, display one's abilities or skills
旅游	lǚ yóu / travel; tour
逻辑思维	luó ji sī wéi / logical thinking

M

麻烦	má fan / trouble, hassle
买票	mǎi piào / buy a ticket
卖	mài / sell
猫	māo / cat
没长性	méi cháng xìng / little power of concentration, no perseverance

没准	méi zhǔn / maybe, perhaps, probably
美好时光	měi hǎo shí guāng / good time
美容师	měi róng shī / beautician
美容室	měi róng shì / beauty room
美容院	měi róng yuàn / beauty salon
魅力	mèi lì / charm
密码	mì mǎ / code; password
免费	miǎn fèi / free of charge; free
勉强	miǎn qiǎng / reluctance; force
面塑	miàn sù / dough modeling
面子	miàn zi / face, reputation
民歌	mín gē / folk song
民间	mín jiān / folk
民俗	mín sú / folk custom
民谣吉他	mín yáo jí tā / folk guitar
明显	míng xiǎn / obvious, distinct

N

奶酪	nǎi lào / cheese
年代	nián dài / age, time
年货	nián huò / special purchases for the Spring Festival
年龄段	nián líng duàn / age, period
年轻	nián qīng / young
捏泥人	niē ní rén / make a clay figurine
虐待	nüè dài / ill-treat

O

呕吐	ǒu tù / throw up, vomit
偶尔	ǒu ěr / once in a while, occasional

P

爬	pá / climb
拍马屁	pāi mǎ pì / flatter, fawn
排	pái / row
排队	pái duì / stand in line
抛弃	pāo qì / give up, cast away, abandon
泡	pào / soak, indulge oneself for a long time
陪(某人)	péi (mǒu rén) / accompany someone
配	pèi / match, go with
烹饪	pēng rèn / cooking
碰上	pèng shàng / run into, meet
皮肤	pí fū / skin
啤酒	pí jiǔ / beer
漂亮	piào liang / beautiful, pretty
频道	pín dào / channel
品尝	pǐn cháng / try, taste
乒乓球	pīng pāng qiú / table tennis
平时	píng shí / normally; weekdays
评价	píng jià / rate, evaluate
苹果	pín guǒ / apple
破坏	pò huài / destroy, ruin

Q

奇怪	qí guài / strange
千万	qiān wàn / must; be sure to
谦虚	qiān xū / modest
签字	qiān zì / sign; signature
抢	qiǎng / snatch, grab
巧克力	qiǎo kè lì / chocolate

亲切	qīn qiè / kind, friendly
青春	qīng chūn / youth; young
轻松	qīng sōng / relax
清楚	qīng chu / clear
清洁	qīng jié / clean
清静	qīng jìng / quiet
清理	qīng lǐ / clean
情调	qíng diào / atmosphere, tone
情况	qíng kuàng / circumstance, situation, condition
请客	qǐng kè / treat
其实	qí shí / actually
区	qū / district
全	quán / full, complete

R

染发	rǎn fà / dye hair
让……开心	ràng…kāi xīn / make…happy
热闹	rè nao / lively; good atmosphere
认识	rèn shí / meet

S

散步	sàn bù / take a walk
嫂子	sǎo zi / sister−in−law
色彩	sè cǎi / color
伤人	shāng rén / hurt people
伤心	shāng xīn / grief; grieve; sad
商量	shāng liang / discuss, consult
上网	shàng wǎng / surf the Internet
上演	shàng yǎn / show; perform

少年宫	shào nián gōng / Children's Palace
舍不得	shě bu de / cannot bear to
设计	shè jì / design
身体	shēn tǐ / body
生动	shēng dòng / vivid
生活	shēng huó / life
省得	shěng de / in case, so as to avoid
剩下的	shèng xià de / the rest
实物	shí wù / material object; real object
食品	shí pǐn / food
食物	shí wù / food
适合	shì hé / suit, fit
收藏品	shōu cáng pǐn / collection
收到	shōu dào / receive
收费	shōu fèi / charge
收获	shōu huò / gain, benefit
收据	shōu jù / receipt
收拾	shōu shi / tidy up
收银台	shōu yín tái / check-out counter
手艺	shǒu yì / workmanship
输入	shū rù / input
熟人	shóu rén / acquaintance
熟悉的	shú xi de / familiar
暑假	shǔ jià / summer vacation
薯片	shǔ piàn / potato chip
数码相机	shù mǎ xiàng jī / digital camera
刷	shuā / wash
刷卡	shuā kǎ / pay by credit card
帅气	shuài qi / handsome, beautiful

顺便	shùn biàn / by the way
顺序	shùn xù / order
说话	shuō huà / speak
说一声	shuō yì shēng / say, tell
酸	suān / sore, sour
随便	suí biàn / at will
缩小	suō xiǎo / decrease, reduce

T

谈到	tán dào / refer to, talk of, mention
糖人	táng rén / sugar figurine
烫发	tàng fà / curl hair
淘气	táo qì / naughty
淘汰赛	táo tài sài / elimination game
套装	tào zhuāng / suit
特色	tè sè / characteristic, typical; feature
提起	tí qǐ / mention, speak of
提前	tí qián / ahead of time, in advance
体力	tǐ lì / physical strength
替	tì / change for; replace
天分	tiān fèn / potential, gift
天文	tiān wén / astronomy
填	tián / fill out
挑	tiāo / pick, choose
调	tiáo / adjust
跳舞	tiào wǔ / dance
通人性	tōng rén xìng / understand humans; humanized
通俗	tōng sú / popular
通知	tōng zhī / inform, give notice

同事	tóng shì / colleague
童话书	tóng huà shū / fairytale book
头儿	tóur / boss
突出	tū chū / stand out, show off, stick out
突然	tū rán / suddenly, abruptly
图	tú / seek, pursue
图片	tú piàn / picture
图像	tú xiàng / image, picture
推荐	tuī jiàn / recommend
腿	tuǐ / leg
退掉	tuì diào / cancel, quit

W

外头	wài tou / outside
晚	wǎn / late; evening, night
网球	wǎng qiú / tennis
网上	wǎng shang / on the web
忘	wàng / forget
围棋	wéi qí / go
味	wèi / flavor
味道	wèi dào / taste
胃	wèi / stomach
喂狗	wèi gǒu / feed a dog
温顺	wēn shùn / gentle, docile; tame
文化	wén huà / culture
文化背景	wén huà bèi jǐng / cultural background
武术	wǔ shù / martial art
舞会	wǔ huì / ball, dance

舞台	wǔ tái / stage

X

吸收	xī shōu / absorb
吸引人	xī yǐn rén / attractive, interesting
希望	xī wàng / hope, wish
习惯	xí guàn / habit; be used to
洗碗	xǐ wǎn / wash dishes
洗澡	xǐ zǎo / wash, bath
瞎吹	xiā chuī / boast
下班	xià bān / get off work
下次	xià cì / next time
吓跑	xià pǎo / scare away
鲜艳	xiān yàn / bright
闲	xián / free, idle
显得	xiǎn de / look
现场	xiàn chǎng / on spot; live
现丑	xiàn chǒu / make a fool of oneself
详细	xiáng xì / detailed
享受	xiǎng shòu / enjoy
项链	xiàng liàn / necklace
象棋	xiàng qí / chess
消化	xiāo huà / digest
消化不良	xiāo huà bù liáng / indigestion
消息	xiāo xi / news
小吃	xiǎo chī / snack, small meal
小瞧人	xiǎo qiáo rén / look down upon; underestimate
小型犬	xiǎo xíng quǎn / small dog
笑话	xiào hua / joke

新闻	xīn wén / news
信心	xìn xīn / confidence
兴奋	xīng fèn / excitement; excited
兴趣	xìng qù / interest
休息	xiū xi / rest
休闲	xiū xián / leisure
休闲装	xiū xián zhuāng / casual clothes
修	xiū / trim
修养	xiū yǎng / cultivation
需要	xū yào / need
许	xǔ / allow, permit
学期	xué qī / semester
学生票	xué shēng piào / ticket for student
血液	xuè yè / blood

Y

压力	yā lì / pressure
严肃	yán sù / serious, solemn
颜色	yán sè / color
眼花缭乱	yǎn huā liáo luàn / dazzle; daze
眼角	yǎn jiǎo / corner of the eye
眼睛	yǎn jing / eyes
演唱	yǎn chàng / sing
演出	yǎn chū / performance, show
谚语	yàn yǔ / proverb
羊毛衫	yáng máo shān / woolen sweater
养	yǎng / raise
养孩子	yǎng hái zi / raise a child
遥控	yáo kòng / remote control

液晶	yè jīng / liquid crystal
一言难尽	yì yán nán jìn / it's a long story
衣服	yī fu / clothes
艺术	yì shù / art; artistic
艺术家	yì shù jiā / artist
艺术品	yì shù pǐn / artwork
意见	yì jiàn / idea, opinion
意义	yì yì / meaning
音乐会	yīn yuè huì / concert
音乐效果	yīn yuè xiào guǒ / sound effects, sound system
引起	yǐn qǐ / cause
饮料	yǐn liào / drink
营养	yíng yǎng / nutrition
赢	yíng / win
影响	yǐng xiǎng / affect; effect
优点	yōu diǎn / advantage; strong point
优惠	yōu huì / discount
游泳	yóu yǒng / swimming
有利	yǒu lì / favorable
羽毛球	yǔ máo qiú / badminton
羽绒服	yǔ róng fú / down-padded coat
浴液	yù yè / lotion
预约	yù yuē / make an appointment
原来	yuán lái / formerly, originally
愿意	yuàn yì / be willing to
约会	yuē huì / appointment, date
运动	yùn dòng / sport; physical activity

运动量	yùn dòng liàng / amount of exercise
运气	yùn qi / luck

Z

在行	zài háng / be expert at, be good at
咱们	zán men / we
赞同	zàn tóng / agree
早点	zǎo diǎn / early
摘	zhāi / pick
展馆	zhǎn guǎn / exhibition hall
照顾	zhào gù / take care of
照看	zhào kàn / keep an eye on, care
照片	zhào piàn / photo
照相	zhào xiàng / take pictures
真	zhēn / really, truly
争取	zhēng qǔ / try for
蒸熟	zhēng shóu / steamed
正经的	zhèng jing de / serious; honest
正式	zhèng shì / formal
正装	zhèng zhuāng / suits, formal dressing
政治	zhèng zhì / politics
知道	zhī dào / know
直发	zhí fà / straight hair
直接	zhí jiē / direct
职责	zhí zé / duty
中途	zhōng tú / in the middle; half way
重要	zhòng yào / important
周末	zhōu mò / weekend
皱纹	zhòu wén / wrinkle

主持人	zhǔ chí rén / host, anchor
主意	zhǔ yi / idea, opinion
嘱咐	zhǔ fu / tell, order
注意	zhù yì / pay attention to
著名	zhù míng / famous, celebrated
专心	zhuān xīn / concentrate, pay attention
专业	zhuān yè / profession; professional
转眼	zhuǎn yǎn / in the twinkling of an eye
撞	zhuàng / bump against, jostle, knock down
准时	zhǔn shí / on time
桌子	zhuō zi / table
着急	zháo jí / worry
自然	zì rán / nature; natural
自由女神像	zì yóu nǚ shén xiàng / the Statue of Liberty
走调	zǒu diào / out of tune
祖传的	zǔ chuán de / ancestral
做美容	zuò měi róng / get facial care
做头发	zuò tóu fɑ / get a hairdo

责任编辑：翟淑蓉
封面设计：古 手
插　图：宋 琪
印刷监制：佟汉冬

图书在版编目（CIP）数据

休闲口语／李淑娟主编.—北京：华语教学出版社，2007
（脱口说汉语）
ISBN 978-7-80200-379-8

I. 休… Ⅱ.李… Ⅲ.汉语－口语－对外汉语教学－教材
Ⅳ. H195.4

中国版本图书馆 CIP 数据核字（2007）第 123944 号

脱口说汉语·休闲口语

李淑娟　主编

英文译审　David Drakeford, Wiley

*

© 华语教学出版社
华语教学出版社出版
（中国北京百万庄大街 24 号　邮政编码 100037）
电话：(86)10-68320585
传真：(86)10-68326333
网址：www.sinolingua.com.cn
电子信箱：hyjx@ sinolingua.com.cn
北京外文印刷厂印刷
中国国际图书贸易总公司海外发行
（中国北京车公庄西路 35 号）
北京邮政信箱第 399 号　邮政编码 100044
新华书店国内发行
2007 年（32 开）第一版
（汉英）
ISBN 978-7-80200-379-8
9-CE-3798P
定价：36.00 元